സ്കോട്ടിഷ് നാടോടിക്കഥകൾ

INSIGHT PUBLICA®

INSIGHT PUBLICA
Kozhikode, Kerala, India
www.insightpublica.com
e-mail: insightpublica@gmail.com
Scottish Nadodikadhakal
(Malayalam)
Translated by P.K.N. Panicker
First Edition: November 2021
This Edition: August 2022

ISBN 978-93-91453-90-9
Printed and Published by
Insightinpublica Printers & Publishers Pvt. Ltd.
₹ 160

സ്കോട്ടിഷ് നാടോടിക്കഥകൾ

പുനരാഖ്യാനം:

പി.കെ.എൻ. പണിക്കർ

INSIGHT PUBLICA ®

1935-ൽ കവിയൂരിൽ ജനനം. കവിയൂർ എൻ.എസ്.എസ് ഹൈസ്കൂൾ, ചങ്ങനാശ്ശേരി എൻ.എസ്.എസ് കോളേജ്, ബനാറസ് ഹിന്ദു യൂണി വേഴ്സിറ്റി (കെമിക്കൽ എൻജിനീയറിംഗ്) എന്നിവിടങ്ങളിൽ വിദ്യാഭ്യാസം. ഇന്ത്യൻ ഇൻസ്റ്റിറ്റ്യൂട്ട് ഓഫ് കെമിക്കൽ എൻജിനീയേഴ്സിന്റെ പ്രസിഡന്റായിരുന്നു. മദിരാശി കേരള സമാജത്തിന്റെയും കെമിക്കൽ ഇൻഡസ്ട്രീസ് അസോസിയേഷന്റെയും. മദിരാശി കേരള വിദ്യാലയത്തിന്റെ കറസ്പോണ്ടന്റും. ഇന്ത്യൻ ഇൻസ്റ്റിറ്റ്യൂട്ട് ഓഫ് കെമിക്കൽ എംജിനീയെർസിന്റെഡോക്ടർ ബി.പി. ഗോദ്രേജ് ആജീവനാന്ത പുരസ്കാരവും ലഭിച്ചിട്ടുണ്ട്.

കൃതികൾ-ഇംഗ്ലീഷ്: Our Earth, Our Environment, Swami Vivekanada, Random Reflections (poems), Insight (pomes), Ultimate Triumph (poems) Without Borders (poems), Selected Poems of A.Ayyappan, Selected Poems of Viloppillil Sreedhara Menon, Selected Poems of Akkitham, Selected Poems of P, Selected Poems of Vishnu Nrayanan Namboodiri, Sugathakumari, 25 Poems of A.Ayyappan, and Luminiscenc of Silence - Sebastian. (All English Translations.)

കൃതികൾ-മലയാളം: ആൽക്കഹോൾ, ലോഹങ്ങളുടെ ലോകം, പല മുഖങ്ങൾ, (ഏകാങ്കങ്ങൾ), സ്വപ്നങ്ങൾ (കവിത), അതിരുകൾക്കപ്പുറം (കവിത), ആഫ്രിക്കൻ നാടോടിക്കഥകൾ, ഏഷ്യൻ ആഫ്രിക്കൻ നാടോടിക്കഥകൾ, അമേരിക്കൻ നാടോടിക്കഥകൾ, കൊറിയൻ നാടോടിക്കഥകൾ, ആഫ്രിക്കൻ ഏഷ്യൻ നാടോടിക്കഥകൾ, അമേരിക്കൻ ഭൂഖണ്ഡത്തിൽ നിന്ന് 16 നാടോടിക്കഥകൾ, ഏഷ്യൻ നാടോടിക്കഥകൾ, ജപ്പാനീസ് നാടോടിക്കഥകൾ, ചൈനീസ് നാടോടിക്കഥകൾ, ഐറിഷി നാടോടിക്കഥകൾ, ജർമ്മൻ നാടോടിക്കഥകൾ, ആഫ്രിക്കൻ ഭൂഖണ്ഡത്തിൽ നിന്ന് പന്ത്രണ്ട് നാടോടിക്കഥകൾ, സ്പാനിഷ് നാടോടിക്കഥകൾ, ഓസ്ട്രേലിയൻ നാടോടിക്കഥകൾ.

E-mail: pknpanicker@gmail.com

പി.കെ.എൻ. പണിക്കർ

ആമുഖം

ഓരോ സമൂഹത്തിന്റേയും വിവിധ കാലഘട്ടങ്ങളിൽ ഉണ്ടായിട്ടുള്ള സാംസ്കാരിക വളർച്ചയുടേയും ചരിത്രപരമായോ സാമൂഹികമായോ ഉണ്ടായ സംഘർഷങ്ങളുടേയും സംഘട്ടനങ്ങളുടേയും അതാത് ജനസമൂഹത്തിന്റെ പ്രകൃതിയോടും മറ്റുജീവജാലങ്ങളോടും ഉണ്ടായിരുന്ന ബന്ധങ്ങളുടേയും മുഖമുദ്രകളാണ് നാടോടിക്കഥകൾ എന്ന് പറയാം. എല്ലാ ദേശങ്ങളിലും അവരവരുടെ തനിമനിറഞ്ഞ ധാരാളം കഥകൾ പ്രചാരത്തിലുണ്ട്. ഇത്തരം കഥകൾ ശേഖരിച്ച് മറ്റുഭാഷകളിലേക്ക് ഭാഷാന്തരം ചെയ്ത് പ്രസിദ്ധീകരിക്കുന്നത് സംസ്കാരങ്ങളുടെ വളർച്ചയ്ക്കും പരസ്പരപൂരണത്തിനും പ്രയോജനപ്പെടുന്നു. ഇംഗ്ലീഷ് ഭാഷയിലാണ് മറ്റ് ഭാഷകളിൽനിന്നും സ്വീകരിക്കപ്പെട്ട നാടോടിക്കഥകൾ ധാരാളമായി ഉള്ളത്. പരിഷ്കൃതരായിക്കഴിഞ്ഞിട്ടില്ലാത്ത ജനസമൂഹങ്ങളുമായി ബന്ധപ്പെട്ട് ഇത്തരം കഥകൾ - പ്രത്യേകിച്ചും വാമൊഴികളിൽക്കൂടി മാത്രം പ്രചാരത്തിലുണ്ടായിരുന്ന ധാരാളം കഥകൾ - ശേഖരിക്കുവാനും ഇംഗ്ലീഷിലേക്ക് പരിഭാഷപ്പെടുത്തി പ്രസിദ്ധീകരിക്കുവാനും ഇംഗ്ലീഷ് പ്രേമികൾക്ക് കഴിഞ്ഞിട്ടുണ്ട്.

ഈ സമാഹാരത്തിൽ ഉൾപ്പെടുത്തിയിട്ടുള്ള എല്ലാ കഥകളും സ്കോട്ട്ലാണ്ടിൽനിന്നുള്ളവയാണ്. കഥകളുടെ പാഠഭേദങ്ങൾ മറ്റ് യൂറോപ്യൻ പ്രദേശങ്ങളിലും ഭാഷകളിലും കണ്ടെന്നുവരാം. ഇതിലുള്ള കഥകൾ ഇംഗ്ലീഷിൽനിന്നും മലയാളത്തിലേക്ക് പുനരാഖ്യാനം ചെയ്യപ്പെട്ടവയാണ്. നമ്മുടെ വായനക്കാർക്ക് പ്രത്യേകിച്ചും കുട്ടികൾക്ക്

ആസ്വാദ്യകരമാകുന്ന രീതിയിൽ ചെറിയ പാഠഭേദങ്ങൾ വരുത്തിക്കൊണ്ടും ഒരു സംഭാഷണരീതി അവലംബിച്ചുകൊണ്ടും തയ്യാറാക്കിയ ഒരു പുനരാഖ്യാനമാണ് നിങ്ങളുടെ മുമ്പിൽ സമർപ്പിക്കുന്നത്. ഈ സമാഹാരത്തിൽ ഉൾപ്പെടുത്തിയിട്ടുള്ള റോബർട്ട് ബ്രൂസിന്റെ കഥ മറ്റു നാടോടിക്കഥകളിൽനിന്നും വ്യത്യസ്തമാണ്. ഒരു ചരിത്രസംഭവം—ലോകമൊട്ടുക്കും അംഗീകരിക്കപ്പെട്ട ഒരു കഥ - ഒരു നാടോടിക്കഥയായി രൂപംകൊണ്ടതാണ് ആ കഥ; അതുപോലെ മുട്ട എന്ന കഥയിൽ എന്റെ വ്യക്തിപരമായ - കഥയുമായി ബന്ധമില്ലാത്ത ചില അനുഭവങ്ങൾ കൂടി ചേർത്തിട്ടുണ്ട് എന്ന ഒരു പ്രത്യേകതയും.

ഇതിനുമുമ്പ് വിവിധ ഭൂഖണ്ഡങ്ങളിൽ നിന്നുള്ള 155 കഥകൾ 14 വാല്യങ്ങളിലായി വിവിധ പ്രസാധകർ മുഖേന മലയാളത്തിൽ പ്രസിദ്ധീകരിക്കാൻ കഴിഞ്ഞു എന്നതിലും അവയ്ക്ക് വായനക്കാരിൽനിന്നും കിട്ടിയ സ്വീകരണം തൃപ്തികരമായിരുന്നു എന്നതിലും സന്തോഷമുണ്ട്.

പുനരാഖ്യാനം ചെയ്ത കഥകൾ വായിച്ചുകേൾക്കുകയും നമ്മുടെ കുട്ടികളുടെ സംസ്കാരത്തിനും അഭിരുചിക്കും ഇണങ്ങുന്ന ചില പാഠഭേദങ്ങൾ നിർദ്ദേശിക്കുകയും ചെയ്ത് എല്ലാവിധ സഹകരണങ്ങളും നൽകിയ ഭാര്യയും സ്നേഹിതയുമായ ലീലാനരേന്ദ്രനോടുള്ള കടപ്പാട് രേഖപ്പെടുത്തുന്നു.

ഈ സമാഹാരം നല്ല നിലയിൽ പ്രസിദ്ധീകരിക്കാൻ സന്മനസ്സുകാണിച്ച ഇൻസൈറ്റ് പബ്ലിക്കയ്ക്കും എന്റെ കടപ്പാട് രേഖപ്പെടുത്തുന്നു

ഈ സമാഹാരം മലയാളഭാഷയ്ക്ക് ഒരു മുതൽക്കൂട്ടായി അംഗീകരിക്കപ്പെട്ടുമെങ്കിൽ എന്റെ ശ്രമം വിജയിച്ചു എന്ന് അഭിമാനിക്കുകയും ഇതേ രീതിയിൽ കുറേ കഥകൾകൂടി മലയാളത്തിലേക്ക് പുനരാഖ്യാനം ചെയ്ത് പ്രസിദ്ധീകരിക്കാനുള്ള എന്റെ ശ്രമം തുടരുകയും ചെയ്യും.

പി.കെ.എൻ.പണിക്കർ.

സ്കോട്ട്ലാൻഡ്

നമുക്ക് സുപരിചിതമായ ഒരു കാലത്ത് നമ്മെ ഭരിച്ചിരുന്ന ബ്രിട്ടന്റെ (യുണൈറ്റഡ് കിങ്ഡം) ഒരു ഭാഗമാണ് സ്കോട്ട്ലാൻഡ്. ബ്രിട്ടൻ എന്നറിയപ്പെടുന്ന ദ്വീപിന്റെ വടക്കുഭാഗത്തെ മൂന്നിലൊന്ന് ഭാഗവും ചുറ്റിനുമായി അറ്റ്ലാന്റിക്ക് സമുദ്രത്തിൽ ചിതറിക്കിടക്കുന്ന ഏതാണ്ട് 790 ചെറിയ ചെറിയ ദ്വീപുകളും ചേർന്ന പ്രദേശമാണ് സ്കോട്ട്ലാൻഡ്. ഏതാണ്ട് ഒന്നെന്ന് കരുതപ്പെടാവുന്ന രണ്ട് ചെറിയ ഭൂവിഭാഗങ്ങളാണ് ബ്രിട്ടനും സ്കോട്ട്ലാൻഡും എന്നിരുന്നാലും അവ തമ്മിൽ വളരെക്കാലം നീണ്ടുനിന്ന യുദ്ധങ്ങളുടെ ചരിത്രമാണ് ഉള്ളത്. അത്തരം യുദ്ധങ്ങളെക്കുറിച്ചുള്ള ഒരു സൂചന ഇതിലുള്ള 'റോബർട്ട് എന്ന ബ്രൂസ്' എന്ന കഥയിലുണ്ട്. അതുപോലെ തൊട്ടുകിടക്കുന്ന പ്രദേശങ്ങളാണെങ്കിലും അവ സാംസ്കാരികമായി ഭിന്നങ്ങളാണെന്നും പറയേണ്ടിരിക്കുന്നു.

ഇപ്പോൾ സ്കോട്ട്ലാൻഡും, ഐർലാണ്ടിന്റെ ഒരു ഭാഗവും ബ്രിട്ടനും ചേർന്നുള്ള രാജ്യമാണ് നാം അറിയുന്ന യുണൈറ്റഡ് കിങ്ഡം. (U.K.)

ഒരു താരതമ്യപഠനത്തിനായി

	വിസ്താരം. ച. കിലോമീറ്റർ	ജനസംഖ്യ ലക്ഷം. (2020-ൽ)
കേരളം	38863	348
തിരുവനന്തപുരം	214	10
സ്കോട്ട്ലാൻഡ്	78770	55

Scotland
Orkney
Shetland
Lewis
Outer Hebridies
Thurso
North Sea
Skye
Inverness
Atlantic Ocean
Aberdeen
Inner Hebridies
Dundee
Perth
Stirling
Mull
Glasgow
Edinburgh
Arran
Irish Sea

വളരെ കുറഞ്ഞ ജനസംഖ്യമാത്രമുള്ള സ്കോട്ടലാൻഡുകാർ 170 ഭാഷകൾ ഉപയോഗിക്കുന്നുവെന്ന് അവകാശപ്പെടുന്നു. പ്രധാന ഔദ്യോഗികഭാഷയായ ഇംഗ്ലീഷിനുപുറമെ ഓരോ സ്കോട്ടിഷ് പൗരനും തന്റെ വാസസ്ഥലത്തിന് സ്വന്തമായ ഒരു ഭാഷയും, സ്കോട്ടിഷ് ഗാലിക് ഭാഷയും ഉപയോഗിക്കുന്ന (അറിയാവുന്ന) ഒരു വ്യക്തിയാണ് താനെന്ന് അഭിമാനത്തോടെ പറയും. മേൽപ്പറഞ്ഞ 170 ഭാഷകളിൽ ഹിന്ദിയും ബംഗാളിയും മറ്റുചില ഇന്ത്യൻ ഭാഷകളും ഉണ്ടെന്നതും ശ്രദ്ധേയമാണ്.

വളരെയേറെ പ്രകൃതിഭംഗിയുള്ള ഒരു പ്രദേശമാണ് സ്കോട്ട്ലാൻഡ് എന്നും എടുത്ത് പറയേണ്ടതുണ്ട്.

കഥകൾ

മത്സ്യകന്യക ഭാര്യയായപ്പോൾ

സ്കോട്ട്ലാൻഡിന്റെ പ്രധാന ഭൂപ്രദേശങ്ങൾക്ക് വടക്ക് - ഏതാണ്ട് 50 കിലോമീറ്റർ വടക്ക് സ്ഥിതിചെയ്യുന്ന ഒരു ദ്വീപസമൂഹമാണ് 'ഷെറ്റ്ലാൻഡ് - Shetland' എന്ന പേരിൽ അറിയപ്പെടുന്നത്. ഈ ദ്വീപസമൂഹത്തിൽ പെടുന്ന ഒന്നാണ് 'ഉൺസ്റ്റ് -Unst ദ്വീപ്. ഈ കഥ ഉൺസ്റ്റ് ദ്വീപിൽ നടന്നതാണ്. ദ്വീപിനോട് ചേർന്നുള്ള 'വേ-voe' എന്ന ഉൾക്കടലിന്റെ തീരത്ത് നടന്ന കഥ.

അന്നൊരു ദിവസം ഷെറ്റ്ലാൻഡിൽ (ഉൺസ്റ്റിൽ) ജീവിച്ചിരുന്ന ഒരു മനുഷ്യൻ വേ കടലിടുക്കിനരികേ അൽപം ഇരുട്ടിയതിനുശേഷം നിലാവത്ത് വെറുതെ നടന്നുകൊണ്ടിരിക്കുകയായിരുന്നു. പെട്ടെന്നാണ് ഉൾക്കടലിൽ സന്തോഷത്തോടെ പാട്ടുപാടി, നൃത്തം ചെയ്തുകൊണ്ടിരുന്ന ഒരു കൂട്ടം മത്സ്യകന്യകമാരെയും (മത്സ്യ നാരിമാരെന്നും പറയാം) മത്സ്യ നരന്മാരേയും കാണാനിടയായത്. മാത്രമല്ല അവരുടെ വസ്ത്രങ്ങൾപോലെ തോന്നിച്ച ഒരു കൂട്ടം കടൽജന്തുചർമ്മങ്ങൾ കടലോരത്ത് കിടക്കുന്നതും കണ്ടു. അയാൾ അവരെ കണ്ടപ്പോൾത്തന്നെ അവരും അയാളെ കണ്ടു. അവർ ഉടൻതന്നെ ധൃതിയിൽ കരയിൽനിന്നും തങ്ങളുടെ ചർമ്മങ്ങൾ വാരിയെടുത്തുകൊണ്ട് കടലിൽ ഊളിയിട്ട് മറഞ്ഞു. പക്ഷേ, അതിനിടയിൽ അയാൾ ഒരു ജോടി ചർമ്മങ്ങൾ (ആടകൾ) എടുത്ത് അൽപം ദൂരെയായി ഒരു കുറ്റിച്ചെടിയുടെ പുറകിൽ ഒളിപ്പിച്ചു.

പിന്നീട് ആദ്യം അവരെക്കണ്ട സ്ഥലത്തേയ്ക്ക് വന്ന അയാൾക്ക് കാണാൻകഴിഞ്ഞത് അതീവസുന്ദരിയായ, അയാൾ അതിന് മുമ്പൊരിക്കലും കണ്ടിട്ടില്ലാത്തത്ര, ആകർഷണശക്തിയുള്ള ഒരു സ്ത്രീയെയാണ്. തന്റെ വസ്ത്രം നഷ്ടപ്പെട്ട ദുഃഖത്തിൽ സങ്കടപ്പെട്ട് കൂട്ടുകാരാൽ തിരസ്കരിക്കപ്പെട്ട് മനുഷ്യരൂപത്തിലേക്ക് മാറുകയും ചെയ്തതിൽ ദുഃഖിതയായിരുന്നു ആ സ്ത്രീ. അവൾ അയാളോട് താണുകേണപേക്ഷിച്ചു, 'നിങ്ങൾക്ക് എന്റെ വസ്ത്രം എവിടെയാണെന്നറിയാമെങ്കിൽ അത് ദയവായി തിരിച്ചുതരൂ', എന്ന്. പക്ഷേ, അയാളുടെ മറുപടി മറ്റൊരു രൂപത്തിലായിരുന്നു. അയാൾ പറഞ്ഞു:

“ഹേ, സുന്ദരീ, നീ വിഷമിക്കേണ്ട. ഞാൻ നിന്നെ വളരെയേറെ ഇഷ്ടപ്പെടുന്നു. നീ എന്റെ ഭാര്യയാകൂ. ഞാൻ നിനക്കുവേണ്ട എല്ലാ സുഖസൗകര്യങ്ങളും ഒരുക്കിത്തരാം. എന്താ, നീ സമ്മതിക്കുകയില്ലേ?''

അവൾ ആലോചിച്ചു. 'തന്റെ വസ്ത്രം തിരികെ കിട്ടാത്തസ്ഥിതിക്ക് താൻ മനുഷ്യരൂപം അംഗീകരിച്ചേ മതിയാകൂ. ആ വസ്ത്രമില്ലാതെ കടലിലേക്ക് പോവുക സാധ്യമല്ലല്ലോ. അങ്ങനെയെങ്കിൽ പിന്നെ എന്തുകൊണ്ട് അയാളുടെ ആതിഥേയത്വം സ്വീകരിച്ച് അയാളുടെ ഭാര്യയായി ജീവിച്ചുകൂടാ' എന്ന്. അവൾ സമ്മതം മൂളി.

അങ്ങനെ ആ ഷെറ്റ്ലാൻഡ് കാരനും മനുഷ്യരൂപം സ്വീകരിച്ച ആ മത്സ്യസുന്ദരിയും ഒന്നിച്ച് ഭാര്യാഭർത്താക്കന്മാരായി ആ കടൽക്കരയിൽ ജീവിച്ചു. അവർക്ക് രണ്ട് മക്കളുമുണ്ടായി. അവർ സ്നേഹത്തോടെയാണ് ജീവിച്ചിരുന്നതെങ്കിലും മത്സ്യനാരിയുടെ മനസ്സിൽ തന്റെ ഭൂതകാല ഓർമകൾ എന്നും നിറഞ്ഞുനിന്നിരുന്നു. ചിലപ്പോഴൊക്കെ അവർ ഒറ്റയ്ക്കിരുന്ന് അതിനേക്കുറിച്ച് ഓർക്കുമായിരുന്നു. ഇടയ്ക്കിടയ്ക്ക് കടലോരത്ത് ഒറ്റയ്ക്ക് പഴയകാലങ്ങളെക്കുറിച്ച് ആലോചിച്ചിരിക്കുമ്പോൾ കടലിലെ വെള്ളത്തിൽ തല ഉയർത്തി ചില മത്സ്യകന്യകകൾ അവളെ നോക്കി അവരുടെ സ്നേഹം പ്രകടിപ്പിച്ചു പോകുന്നതും അവൾ കാണാറുണ്ടായിരുന്നു. അങ്ങനെ കുറേ വർഷങ്ങൾ കടന്നുപോയി.

അങ്ങനെയിരിക്കുമ്പോൾ ഒരു ദിവസം മത്സ്യനാരിയുടെ ഒരു മകൾ മറ്റേ സഹോദരിയുമൊത്ത് ഒളിച്ചുകളിക്കുമ്പോൾ (കള്ളനും പോലീസും പോലെ ഒരു കളി എന്ന് കരുതണം) ധാന്യപ്പെട്ടിയുടെ പുറകിലായി സൂക്ഷിച്ചുവെച്ചിരുന്ന ഒരു പൊതി കാണാനിടയായി. കുട്ടി അതുമെടുത്തുകൊണ്ട് അമ്മയുടെ അടുത്തുചെന്ന് പറഞ്ഞു:

“അമ്മേ, അമ്മേ. ഇതാ ഒരു പൊതി. ഇതിനകത്ത് എന്താണെന്ന് നോക്കമ്മേ.''

മത്സ്യനാരി പൊതിവാങ്ങി തുറന്നുനോക്കിയപ്പോൾ കണ്ടകാഴ്ച അവർക്ക് അതിശയവും സന്തോഷവും നൽകി. അത് പണ്ട് തനിക്ക് നഷ്ടപ്പെട്ടുപോയ തന്റെ വസ്ത്രം തന്നെയായിരുന്നു. അവർ സന്തോഷത്തോടെ മകളെ കെട്ടിപ്പിടിച്ചുകൊണ്ട് പറഞ്ഞു:

"മകളേ, ഇത് അമ്മയുടെ സ്വന്തം വസ്ത്രമാണ്. നിനക്കുതന്നെ ഇത് കിട്ടിയല്ലോ. അമ്മയ്ക്ക് ഒരുപാടൊരുപാട് സന്തോഷം.'' പക്ഷേ, അടുത്തനിമിഷംതന്നെ അവർ ദുഃഖിതയായി. തന്റെ മക്കളെ രണ്ടുപേരെയും അടുത്തുവിളിച്ചു. ഓരോരുത്തരേയും പിന്നേയും പിന്നേയും കെട്ടിപ്പിടിച്ചുകൊണ്ട് കരഞ്ഞുപറഞ്ഞു:

"മക്കളേ, ഈ അമ്മ നിങ്ങളെ വിട്ടുപോകുകയാണ്. നിങ്ങളെ ഇഷ്ടമല്ലാത്തതുകൊണ്ടല്ല. നിങ്ങളെ അമ്മയ്ക്ക് വളരെവളരെ ഇഷ്ടമാണ്. എങ്കിലും അമ്മയ്ക്ക് അമ്മയുടേതായ കടമകളും ഒരു ജീവിതവുമുണ്ടല്ലോ. മക്കളെ അച്ഛൻ സ്നേഹത്തോടെ വളർത്തും. എനിക്ക് ഉറപ്പുണ്ട്. മക്കൾ അമ്മയോട് പൊറുക്കണം.''

അങ്ങനെ പറഞ്ഞിട്ട് ആ പഴയവസ്ത്രം ധരിച്ചു. അപ്പോഴേക്കും അവരുടെ ഭർത്താവായ ഷെറ്റ്‌ലാൻഡുകാരൻ അവിടെ ഓടിയെത്തി. ഭാര്യയോട് തന്നേയും കുഞ്ഞുങ്ങളേയും വിട്ടു പോകരുതെന്ന് അഭ്യർഥിച്ചു.

"എനിക്ക് പോയേ മതിയാകൂ. എന്തുകൊണ്ടെന്ന് താങ്കൾക്ക് അറിയാമല്ലോ.'' അത്രയും പറഞ്ഞുകൊണ്ട് അവർ ഓടിച്ചെന്ന് കടലിലേക്ക് ചാടി. അന്ധാളിച്ചുനിന്ന ഷെറ്റ്‌ലാൻഡുകാരനും മക്കളും കണ്ടത് ഒരു മത്സ്യസ്ത്രീയായിമാറിക്കഴിഞ്ഞ അവരുടെ സ്നേഹനിധിയായ അമ്മയേയും അവരോടൊപ്പം ചുറ്റിലും നിന്നിരുന്ന മറ്റ് മത്സ്യസ്ത്രീകളേയും മറ്റുമാണ്. നമ്മുടെ കഥാനായകിയായ മത്സ്യസത്രീ ആ സ്ഥലം വിട്ടുപോകുന്നതിനു മുമ്പായി തീരത്തിനടുത്തേക്ക് ചെന്ന് ഉച്ചത്തിൽ, ഇടറുന്ന ശബ്ദത്തിൽ വിളിച്ചുപറഞ്ഞു.

"കുഞ്ഞുങ്ങളേ, എന്നോട് ക്ഷമിക്കണം. എന്നോട് ക്ഷമിക്കണം. ഞാൻ നിങ്ങളെ വിട്ടുപോയേമതിയാകൂ. അത് നിങ്ങളോട് സ്നേഹമില്ലാത്തതുകൊണ്ടല്ല. എന്റെ കുട്ടികൾ നന്നായി വളരുകയും നല്ല സ്വഭാവങ്ങൾ പഠിക്കുകയും ചെയ്യണെ. എല്ലാ മനുഷ്യരുടെ ഇടയിലും നല്ല പേരുവാങ്ങണം. എന്റെ കുട്ടികൾ എല്ലാവരോടും സ്നേഹമുള്ളവരായി വളരണം. ഞാൻ നിങ്ങളെ കാണാൻ എല്ലാ വർഷവും ഈ ദിവസം, ഈ കടലോരത്ത് വരും. മക്കൾ എന്നെ വന്നു കാണുകയില്ലേ?. കാണണം.''

"ഞങ്ങൾ വരാം അമ്മേ, തീർച്ചയായും വരും.'' കുട്ടികൾ കരഞ്ഞുകൊണ്ട് പറഞ്ഞു.

മത്സ്യസ്ത്രീ വീണ്ടും തുടർന്നു. "സ്നേഹമുള്ള ഭർത്താവേ, ഞാൻ വിട്ടുപോകുന്നതിൽ നിങ്ങൾക്ക് വളരെയേറെ സങ്കടമുണ്ടെന്നെനിക്കറിയാം. നിങ്ങൾക്ക് എന്നെ അത്രയധികം സ്നേഹമാണ് - ഇഷ്ടമാണ് പക്ഷേ, എന്തുചെയ്യാം എനിക്ക് പോകേണ്ടതായുണ്ട്. അങ്ങ് നമ്മുടെ കുട്ടികളെ സ്നേഹത്തോടെ വളർത്തുമെന്നും എനിക്കുറപ്പുണ്ട്. പക്ഷേ, ഒരു സത്യം ഞാൻ പറയട്ടെ. എനിക്ക് നിങ്ങളെ ഇഷ്ടമാണെന്ന സത്യം മറച്ചുവയ്ക്കാതെതന്നെ പറയുകയാണ്, എനിക്ക് മനുഷ്യസ്ത്രീയായി രൂപമാറ്റമുണ്ടാകുന്നതിനു മുമ്പുണ്ടായിരുന്ന എന്റെ ഭർത്താവിനോടാണ് കൂടുതൽ ഇഷ്ടവും കടപ്പാടും. അതുകൊണ്ട് ഞാൻ പോകുന്നു. ദയവായി എന്നോട് ക്ഷമിക്കണം. നിങ്ങളെല്ലാം നന്നായിരിക്കണമേ എന്ന് ഞാനെന്നും പ്രാർഥിക്കും. ഇത്രയും പറഞ്ഞിട്ടു അവർ കൂട്ടുകാരുമൊത്ത് പോയി. എങ്കിലും അവർ മാത്രം തിരിഞ്ഞുനിന്ന് വീണ്ടും പറഞ്ഞു:

"എന്റെ സ്നേഹമുള്ള ഭർത്താവേ, ഞാൻ നമ്മുടെ മക്കളെ കാണാൻ ഇവിടെവരുന്ന സമയങ്ങളിൽ താങ്കളും അവരോടൊപ്പം എന്നെ കാണാൻ വരില്ലേ? വരും അല്ലേ."

കുറിപ്പ്:- ഇത് ഒരു സചിത്രകഥയായി വായിക്കണമെങ്കിൽ, Mermaid Tales; Illustrated Mermaid Stories ഉപയോഗിക്കാം Amazone Kindle ൽ ലഭ്യമാണ്

പക്ഷികളുടെ യുദ്ധം

ഒരു ലോകമഹായുദ്ധം ആരംഭിക്കുകയായിരുന്നു. പക്ഷേ, ആ യുദ്ധത്തിന് ഒരു പ്രത്യേകതയുണ്ടായിരുന്നു. അത് മനുഷ്യരും മനുഷ്യരും തമ്മിലുള്ള ഒരു യുദ്ധമായിരുന്നില്ല. യുദ്ധം ഭൂമിയിൽ ജീവിക്കുന്നവരും ആകാശത്ത് ജീവിക്കുന്ന പക്ഷികളും തമ്മിലായിരുന്നു. യുദ്ധത്തിന്റെ വിവരങ്ങൾ അപ്പപ്പോൾ അറിയാൻ എല്ലാവർക്കും ആകാംക്ഷയുണ്ടായിരുന്നു. ടെത്തർടോൺ നാട്ടിലെ രാജാവിന്റെ മകൻ താൻ നേരിട്ട് യുദ്ധസ്ഥലത്തുപോയി വിവരങ്ങൾ ഉടനടൻ അറിയിക്കാമെന്ന് അച്ഛനോട് പറഞ്ഞു. രാജാവും അതിന് സമ്മതം നൽകി. പക്ഷേ, പലപ്പോഴും സംഭവിക്കാറുണ്ടായിരുന്നതുപോലെ അന്നും രാജകുമാരൻ പോകാൻ താമസിച്ചു. അതുകൊണ്ട് യുദ്ധസ്ഥലത്ത് കുമാരൻ എത്തിയത് യുദ്ധം ഏതാണ്ട് അവസാനിക്കാറായ സമയത്തായിരുന്നു. അവസാനയുദ്ധം ഒരു പാമ്പും ഒരു കുറ്റൻ കഴുകനും തമ്മിലായിരുന്നു. രണ്ടുപേരും വീറോടെ പൊരുതിക്കൊണ്ടിരുന്നു. എങ്കിലും പാമ്പായിരുന്നു ഒരൽപം മുമ്പിൽ എന്ന് പറയാവുന്ന രീതിയിൽ യുദ്ധം പുരോഗമിച്ചുകൊണ്ടിരിക്കുകയായിരുന്നു. പാമ്പ് വാല് കഴുകന്റെ കഴുത്തിൽ ചുറ്റിവരിഞ്ഞ് അതിനെ ഞെക്കിക്കൊല്ലും എന്ന നിലയിൽ എത്തിയപ്പോൾ രാജകുമാരൻ തന്റെ വാളുകൊണ്ട് ഒറ്റ വീശിൽതന്നെ പാമ്പിന്റെ തല വെട്ടിമാറ്റി. അങ്ങനെ രാജകുമാരൻ ചെയ്തില്ലായിരുന്നുവെങ്കിൽ കഴുകൻ കൊല്ലപ്പെട്ടുമായിരുന്നു. അതു കണ്ട കഴുകൻ സന്തോഷത്തോടെ കുമാരനോട് പറഞ്ഞു:

“ഹേ, കുമാരാ. അങ്ങയുടെ ദയകൊണ്ട് ഞാൻ വിജയിച്ചു. ഞാൻ ഇപ്പോൾ ജീവിച്ചിരിക്കുന്നു. എന്ത് പ്രത്യുപകാരമാണ് ഞാൻ അങ്ങേയ്ക്ക് ചെയ്യേണ്ടത്?. ദയവുചെയ്ത് അങ്ങ് എന്റെ കൂടെ ഒരു സ്ഥലംവരെ

വരണം. അങ്ങ് എന്റെ കാലുകളിൽ ബലമായി പിടിച്ചാൽ മാത്രം മതി. ഞാൻ അങ്ങയെ ദൂരെ മനോഹരമായ ഒരു സ്ഥലം, ഒരു സന്തോഷം നൽകുന്ന കാഴ്ച കാണിക്കാം. വന്നാലും.''

കുമാരൻ കഴുകൻ പറഞ്ഞതുപോലെ ചെയ്തു. ഉയരത്തിലേക്ക് പറന്ന് ഏഴ് പർവ്വതിനിരകളും കടന്ന്, ഏഴ് മലയടിവാരങ്ങളും കടന്ന, പല കൃഷിഭൂമികളും കടന്ന് ഒരു സ്ഥലത്തെത്തിയപ്പോൾ കഴുകൻ പറഞ്ഞു:

"കുമാരാ, അങ്ങ് ദൂരെക്കാണുന്ന ആ പ്രദേശത്തേക്ക് നോക്കൂ. അവിടെ ഒരു വീട് കാണുന്നില്ലേ. അങ്ങ് ആ വീട്ടിൽ പോകണം. അവിടെ എന്റെ സഹോദരി താമസിക്കുന്നുണ്ട്. അങ്ങയെ സ്നേഹത്തോടെ സ്വീകരിക്കും. അവൾ അങ്ങയോട് ചോദിക്കുന്ന ചോദ്യങ്ങൾക്ക് സത്യ സന്ധമായി ഉത്തരം പറയണം. പക്ഷേ, ഒരു കാര്യം, നാളെ രാവിലെ ഈ സമയത്ത്, ഈ സ്ഥലത്ത് വന്നുകാണണം. മറക്കരുത്. ഇപ്പോൾ പോയാലും.'' അത്രയും പറഞ്ഞിട്ട് കഴുകൻ കുമാരനെ അവിടെ വിട്ടിട്ട് പറന്നുപോയി.

കുമാരൻ കഴുകൻ പറഞ്ഞതുപോലെ ചെയ്തു. കഴുകൻ പറഞ്ഞ വീട്ടിൽ കുമാരൻ എത്തിയപ്പോൾ മറ്റൊരു കഴുകൻ കുമാരനെ സ്വീകരിച്ചു. ആ കഴുകൻ കുമാരനോട് ചോദിച്ചു.

"താങ്കൾ ഭൂവാസികളും പക്ഷികളും തമ്മിൽ യുദ്ധം നടന്നപ്പോൾ അവിടെ ഉണ്ടായിരുന്നോ?''

"ഉണ്ടായിരുന്നു."

"അവിടെ താങ്കൾ എന്നെപ്പോലെ മറ്റൊരാളെ കണ്ടോ?''

"കണ്ടു.'' കുമാരൻ പറഞ്ഞു.

പിന്നീട് അന്നുരാത്രി തങ്ങാനുള്ള ശയനമുറി കഴുകൻ കാണിച്ചുകൊടുത്തു. കുമാരന് ഇഷ്ടപ്പെട്ട രീതിയിൽ വിഭവസമൃദ്ധമായ ഭക്ഷണവും കഴിച്ച്, സുഖസൗകര്യങ്ങളോടുകൂടിയ കിടപ്പുമുറിയിൽ അന്ന് രാത്രി കുമാരൻ അവിടെ കഴിച്ചു. കുമാരൻ രാവിലെ തന്നെ ആദ്യത്തെ കഴുകൻ നിർദേശിച്ചിരുന്നതുപോലെ പറഞ്ഞസ്ഥലത്ത് എത്തി. കഴുകനെ പ്രതീക്ഷിച്ച് നിന്നു. അന്ന് കഴുകൻ മറ്റൊരു വീട് ചൂണ്ടിക്കാണിച്ചിട്ട് കുമാരനോട് പറഞ്ഞു:

"കുമാരൻ ഇന്ന് ആ വീട്ടിൽ പോകണം''

"ശരി.''

അങ്ങനെ മൂന്ന് ദിവസങ്ങൾ കടന്നുപോയി. നാലാമത്തെ ദിവസം കഴുകൻ പറഞ്ഞവീട്ടിൽ എത്തിയപ്പോൾ കുമാരനെ സ്വീകരിച്ചത്

സുമുഖനായ ഒരു ചെറുപ്പക്കാരനായിരുന്നു. കുമാരൻ ആ ചെറുപ്പക്കാരനോട് ചോദിച്ചു.

"ഈ വീട്ടിൽ ഒരു കഴുകൻ താമസമില്ലേ?"

"ഉണ്ട്. ആ കഴുകൻ ഞാൻതന്നെയാണെന്ന് മാത്രം. ഒരു ശാപം കിട്ടിയതുകൊണ്ട് ഞാൻ കഴുകനായതാണ്. ഇപ്പോൾ താങ്കൾ ഇവിടെ വന്നതുകൊണ്ട് ഞാൻ ശാപമോചിതനായിരിക്കുന്നു. ഈ ഉപകാരത്തിന് പ്രത്യേകമായ ഒരു ചെറിയ പ്രതിഫലമായി അങ്ങ് ഈ പൊതി സ്വീകരിച്ചാലും." അത്രയും പറഞ്ഞ് ആ ചെറുപ്പക്കാരൻ തന്റെ കയ്യിലുണ്ടായിരുന്ന പൊതി കുമാരന് നൽകി. കുമാരൻ അത് സന്തോഷത്തോടെ സ്വീകരിച്ചു. ആ ചെറുപ്പക്കാരൻ തുടർന്നുപറഞ്ഞു:

"കുമാരൻ ഇപ്പോൾ വന്നതുപോലെ തിരികെ പോകുക. പോകുമ്പോൾ ഇങ്ങോട്ട് വന്നപ്പോൾ താമസിച്ചതുപോലെ ഓരോ വീട്ടിലും (മൂന്ന് വീടുകളിലും) ഓരോ രാത്രി താമസിക്കണം. പോകുമ്പോൾ അങ്ങയ്ക്ക് ഭാവി ജീവിതം നയിക്കാൻ ഏറ്റവും ഇഷ്ടപ്പെടുന്ന ഒരു സ്ഥലം കാണാനിടയാകും. അങ്ങനെ ഒരിടം കാണുന്നതുവരെ യാതൊരു കാരണവശാലും ഈ പൊതി തുറക്കാൻ പാടില്ല. എന്താ, ഞാൻ പറഞ്ഞതൊക്കെ മനസ്സിലായല്ലോ. അല്ലേ?"

"മനസ്സിലായി."

"ശരി, അപ്പോൾ പോയ്ക്കൊള്ളൂ. എല്ലാം ശുഭമായിവരട്ടെ!"

കുമാരൻ ചെറുപ്പക്കാരന്റെ നിർദേശപ്രകാരം യാത്രതിരിച്ചു. മൂന്ന് വീടുകളിലെ താമസം കഴിഞ്ഞ് നാലാംനാൾ കുമാരൻ എത്തിച്ചേർന്നത് വൃക്ഷനിബിഡമായ ഒരു പ്രദേശത്തായിരുന്നു. ആ സ്ഥലം തന്റെ അച്ഛന്റെ ടെത്തർടോൺ നാടിനടുത്താണെന്ന് കുമാരന് മനസിലായി. കുമാരൻ കുറേ ദൂരംകൂടി മുന്നോട്ട് നടന്നു. അപ്പോൾ തന്റെ കൈയിലെ പൊതിയുടെ ഭാരം ക്രമേണ കൂടുന്നതായി കുമാരന് അനുഭവപ്പെട്ടു. കുമാരൻ പൊതി നിലത്തുവച്ചിട്ട് അതിനരികിൽ ഇരുന്നു. പൊതിക്കകത്ത് എന്താണെന്ന് ഒന്ന് തുറന്ന് നോക്കിയാലോ എന്ന് കുമാരൻ ചിന്തിച്ചു. കുമാരൻ പൊതി സാവധാനം തുറന്നു. തുറന്നപ്പോൾ കുമാരൻ അതിശയിച്ചുപോയി. അതിനകത്ത് നിറഞ്ഞുനിന്നിരുന്നത് ഒരു വലിയ കൊട്ടാരവും കൊട്ടാരത്തിന് ചുറ്റും ഒരു വലിയ ഉദ്യാനവും ഉദ്യാനത്തിൽ ധാരാളം കായ്കനികൾ തൂങ്ങിക്കിടക്കുന്ന മരങ്ങളുമായിരുന്നു. എല്ലാവിധത്തിലും സുന്ദരമായതും, ഉടനെ താമസിക്കാൻ വേണ്ട എല്ലാ സൗകര്യങ്ങളും ഒരുക്കിയിരുന്നതുമായ ആ കെട്ടിടം കുമാരന് വളരെ ഇഷ്ടപ്പെട്ടു. എങ്കിലും ആ വനപ്രദേശത്തിനപ്പുറം അച്ഛന്റെ കൊട്ടാരത്തിന്

കുറേക്കൂടി അടുത്ത് അതുപോലെ ഒന്നായിരുന്നുവെങ്കിൽ കുറേക്കൂടി നന്നായിരിക്കുമെന്ന് കുമാരൻ ചിന്തിച്ചു. അങ്ങനെ ചിന്തിച്ചിരിക്കുമ്പോൾ ആജാനുബാഹുവായ ഒരു മനുഷ്യൻ (ഒരു രാക്ഷസൻ) തന്റെയടുത്തേക്ക് നടന്നുചെല്ലുന്നത് കുമാരൻ കണ്ടു. മാത്രമല്ല, അയാൾ അടുത്തുചെന്ന് കുമാരനോട് ചോദിച്ചു:

"കുമാരാ, ഇതാണോ കുമാരൻ ഭാവിജീവിതത്തിനായി തിരഞ്ഞെടുത്ത സ്ഥലം.? എന്റെ അഭിപ്രായത്തിൽ ഇത് അത്രനല്ല സ്ഥലമല്ല."

"ശരിയാണ്. എനിക്കും ഇത് മുഴുവനായും ഇഷ്ടപ്പെട്ടിട്ടില്ല."

"ഞാൻ ഇത് തിരികെ ഈ പൊതിക്കുള്ളിലാക്കിത്തന്നാൽ കുമാരൻ എനിക്കെന്ത് പ്രതിഫലം തരും?"

"നിങ്ങൾ ചോദിക്കുന്നതെന്തും."

"നിങ്ങൾക്ക് ജനിക്കുന്ന മകനെ അവന് ഏഴ് വയസ്സ് തികയുന്ന ദിവസം എനിക്ക് തരണം. എന്താ സമ്മതമാണോ?"

"എനിക്ക് ഒരു പുത്രനുണ്ടായാൽ തീർച്ച."

കുമാരൻ അത്രയും പറഞ്ഞു തീർന്നപ്പോഴേക്കും നേരത്തെ കണ്ട കൊട്ടാരവും മറ്റുസൗകര്യങ്ങളും പൊതിക്കുള്ളിലേക്ക് വലിയുകയും പൊതി പഴയനിലയിലാകുകയും ചെയ്തു.

"ഇനി ഈ പൊതിയെടുത്തുകൊണ്ട് കുമാരൻ പോയ്ക്കൊള്ളുക. കുമാരന് പൂർണ്ണമായും ഇഷ്ടപ്പെട്ട ഒരിടത്തുമാത്രമേ പൊതിനിവർത്തി നോക്കാവൂ. ശരി, അപ്പോൾ ഇനി ഞാനെന്റെവഴിയെ" അയാൾ തിരിച്ചുനടക്കാൻ തുടങ്ങി. കുമാരൻ പൊതി കൈയിലെടുത്തു. ആ സമയത്ത് തിരിഞ്ഞുനിന്ന് കുമാരനോട് വിളിച്ചുറഞ്ഞു:

"നമ്മുടെ കരാറ് ഓർമയിലിരിക്കണം. നിങ്ങൾ മറന്നുപോയാലും ഞാനോർക്കും. വാക്കുപാലിച്ചില്ലെങ്കിൽ അനുഭവം നല്ലതായിരിക്കില്ല. ഓർമവേണം." അത്രയും പറഞ്ഞിട്ട് അയാൾ നടന്ന് മറഞ്ഞു.

കുമാരനും യാത്ര തുടർന്നു. കുറേദൂരം നടന്ന് കുമാരൻ അച്ഛന്റെ കൊട്ടാരത്തിനുസമീപം നല്ല ഉദ്യാനസമാനമായ ഒരു സ്ഥലത്ത് എത്തിച്ചേർന്നു. ഈ സ്ഥലം നന്നായിരുക്കുന്നു എന്ന് സ്വയം പറഞ്ഞുകൊണ്ട് കുമാരൻ പൊതി തുറന്നു. നേരത്തെ കണ്ടതുപോലെ സുന്ദരമായ ഒരു കൊട്ടാരവും മുമ്പിൽ ഉദ്യാനവും എല്ലാം. അൽപം ശങ്കയോടെ കുമാരൻ കൊട്ടാരത്തിന്റെ വാതിൽ തുറന്നു. കണ്ടകാഴ്ച അദ്ഭുതകരമായിരുന്നു. അതീവ സുന്ദരിയായ ഒരു കന്യകയാണ് കുമാരനെ സ്വാഗതം ചെയ്തത്.

“വരൂ, രാജകുമാരാ വരൂ. ഞാനും എന്റെ ആൾക്കാരും താങ്കളുടെ വരവ് പ്രതീക്ഷിച്ചിരിക്കുകയായിരുന്നു. നമ്മുടെ വിവാഹം ഉടനെ നടത്തു വാൻ ഞാനും എന്റെ ആൾക്കാരും ആഗ്രഹിക്കുന്നു. എന്താ, എന്നെ വിവാഹം കഴിക്കാൻ കുമാരന് സമ്മതമല്ലേ - ഇഷ്ടമല്ലേ?”

കുമാരന്റെ സമ്മതത്തോടെ വിവാഹം നടന്നു. ആ കന്യക കുമാരന് ഇഷ്ടപ്പെട്ട ഒരു ഭാര്യയായിരുന്നു. അവർ വളരെ സന്തോഷത്തോടെ ജീവിച്ചു. അവർക്ക് ഒരു മകനും ജനിച്ചു. സന്തോഷകരമായ ആ ജീവി തത്തിനിടയിൽ കുമാരൻ രാക്ഷസനെക്കുറിച്ചും അയാൾക്ക് കൊടുത്തി രുന്ന വാഗ്ദാനത്തെക്കുറിച്ചുമെല്ലാം മറന്നുപോയിരുന്നു.

വാഗ്ദാനം കൊടുത്ത് ഏഴുവർഷം പൂർത്തിയായ ദിവസം കുമാരൻ കൊട്ടാരത്തിന്റെ പൂമുഖത്ത് ഉലാത്തുകയായിരുന്നു. അപ്പോൾ ആ രാക്ഷസൻ തന്റെയടുത്തേക്ക് നടന്നുവരുന്നത് കുമാരൻ കണ്ടു. അയാളെ കണ്ടപ്പോൾ കുമാരന് പഴയകാര്യങ്ങൾ ഓർമ്മവന്നു. എല്ലാം ഭാര്യയോട് പറയാൻ അദ്ദേഹം തീർച്ചപ്പെടുത്തി. ഭാര്യയെവിളിച്ച് ക്ഷമാപണസ മേതം മുമ്പ് നടന്ന എല്ലാകാര്യങ്ങളും വിശദമായി പറഞ്ഞു.

“ശരി, അങ്ങ് എന്നോട് എല്ലാം പറഞ്ഞല്ലോ. ഇനി ഞാൻ വേണ്ടത് ചെയ്തുകൊള്ളാം.” ഭാര്യ പറഞ്ഞു. അപ്പോഴേക്കും രാക്ഷസൻ അവിടെ യെത്തി ഉച്ചത്തിൽ അധികാരസ്വരത്തിൽ പറഞ്ഞു:

“എവിടെ എനിക്ക് തരാമെന്ന് പറഞ്ഞിരുന്ന നിന്റെ മകൻ എവിടെ?. ഉടനെ അവനെ എന്റെ മുമ്പിൽ കൊണ്ടുവാ.”

“കൊണ്ടുവരാം. ആദ്യം അവനെ ഒന്ന് നന്നായി ഒരുക്കട്ടെ. അവന്റെ അമ്മതന്നെ അവനെ നിങ്ങളുടെ മുമ്പിൽ കൊണ്ടുവരും.”

“ശരി. അങ്ങനെയാകട്ടെ.”

അതിനിടയിൽ കുമാരന്റെ ഭാര്യ അവരുടെ അടുക്കളവേലക്കാരിയുടെ (പാചകക്കാരിയുടെ) മകനെ തന്റെ മകന്റെ വസ്ത്രങ്ങൾ അണിയിച്ച് രാക്ഷസന്റെ മുന്നിൽ കൊണ്ടുചെന്നു.

“ഇവനാണ് എനിക്കുള്ള സമ്മാനം, അല്ലേ?”

“അതേ.” കുമാരന്റെ ഭാര്യ ശരിവെച്ചു. രാക്ഷസൻ ആ കുട്ടിയേയും കൂട്ടിക്കൊണ്ട് യാത്രതിരിച്ചു. അൽപദൂരം പോയതിനുശേഷം രാക്ഷസൻ കുട്ടിയുടെ കൈയിൽ ഒരു നീണ്ട വടി കൊടുത്തിട്ട് ചോദിച്ചു.

“നിന്റെ അച്ഛന്റെ കയ്യിൽ ഇത്തരം ഒരു വടി കിട്ടിയാൽ അയാൾ അതുകൊണ്ട് എന്തു ചെയ്യും?”

"അച്ഛന് ഇത്തരം ഒരു വടി കിട്ടിയാൽ അച്ഛൻ അതുകൊണ്ട് രാജാവിനുണ്ടാക്കുന്ന ഇറച്ചിയും മീനും കട്ടുതിന്നാൻ ചെല്ലുന്ന പട്ടിയേയും പൂച്ചയേയും തല്ലി ഓടിക്കും." അത് കേട്ട് രാക്ഷസൻ പറഞ്ഞു:

"അപ്പോൾ നീ പാചകക്കാരന്റെ മകനാണ് അല്ലേ?"

കുട്ടിയേയും കൂട്ടിക്കൊണ്ട് അയാൾ തിരികെ കൊട്ടാരത്തിൽ ചെന്നു.

"നിങ്ങൾ എന്നെ കബളിപ്പിക്കുകയായിരുന്നു. ഇത് നിങ്ങളുടെ മകനല്ല."

അതുകണ്ട് രാജാവും രാജ്ഞിയും പേടിച്ചുവിറച്ചു; എങ്കിലും സ്വന്തം മകനെ രാക്ഷസന് കൊടുക്കാൻ അവർക്കിഷ്ടമില്ലായിരുന്നു. അതുകൊണ്ട് രാജ്ഞി വേഗംതന്നെ അകത്തുപോയി അവരുടെ മകന്റെ സമപ്രായക്കാരനായിരുന്ന ബട്‌ലറുടെ (പ്രധാന പരിചാരകൻ, തീൻമേശക്കടുത്തുനിന്ന് പാനീയങ്ങൾ ഊറ്റിക്കൊടുക്കുന്നയാൾ) മകനെ രാജകീയ വസ്ത്രങ്ങളണിയിച്ച് രാക്ഷസന്റെ മുമ്പിൽ കൊണ്ടുനിർത്തി.

"ക്ഷമിക്കണം, ഒരു തെറ്റുചെയ്തുപോയി. ഇത് ഞങ്ങളുടെ മകൻ തന്നെയാണ്. ഇവനെ സ്വീകരിച്ചുകൊള്ളുക." രാജ്ഞി പറഞ്ഞു.

"ശരി, ഈ പ്രാവശ്യവും എന്നെ കബളിപ്പിക്കാനാണ് ഭാവമെങ്കിൽ ഈ കൊട്ടാരം ഞാൻ തരിശാക്കും. ഓർത്തോ."

രാക്ഷസൻ കുട്ടിയുമായി യാത്രതിരിച്ചു. അൽപദൂരം പോയതിനു ശേഷം ആദ്യത്തെപോലെ രാക്ഷസൻ കുട്ടിയോട് ചോദിച്ചു.

"ഈ കമ്പ് നിന്റെ അച്ഛന് കിട്ടിയാൽ അയാൾ ഇത് എങ്ങനെ ഉപയോഗിക്കും?"

"രാജാവിന്റെ പാനീയങ്ങൾ വയ്ക്കുന്ന ഗ്ലാസുകളും മറ്റും തട്ടിയുടക്കുന്ന പട്ടിയേയും പൂച്ചയേയുമൊക്കെ അതുകൊണ്ട് തല്ലിയോടിക്കും."

പിന്നീട് എല്ലാം പഴയതുപോലെ തന്നെ നടന്നു. രാക്ഷസന്റെ കോപം കണ്ട് രാജാവും രാജ്ഞിയും തികച്ചും ഭയന്നുപോയി. വീണ്ടും ഒരു പരീക്ഷണത്തിന് ശ്രമിക്കാതെ സ്വന്തം മകനെത്തന്നെ അവർ രാക്ഷസന്റെ മുമ്പിൽ ഹാജരാക്കി.

"ഇപ്പോൾ മനസ്സിലായല്ലോ ഈയുള്ളവനെ കബളിപ്പിക്കാൻ കഴിയുകയില്ലെന്ന്." അത്രയും പറഞ്ഞ് അയാൾ കുട്ടിയേയുംകൊണ്ട് യാത്രതിരിച്ചു.

കുട്ടിയുടെ മാതാപിതാക്കൾ രാക്ഷസൻ അവനെ ഉപദ്രവിക്കുമെന്നും കൊല്ലുമെന്നുമൊക്കെ വിചാരിച്ച് കരഞ്ഞുകൊണ്ടേ ജീവിച്ചു. പക്ഷേ, രാക്ഷസൻ കുട്ടിയോട് വളരെ സ്നേഹത്തോടെയാണ് പെരുമാറിയത്.

സ്വന്തം മകനെയെന്നതുപോലെ വളർത്തി. രാക്ഷസന്റെ വീട്ടിൽ അവന് എല്ലാ സ്വാതന്ത്ര്യവുമുണ്ടായിരുന്നു; ഒരേഒരു നിബന്ധനയൊഴിച്ച്. രാക്ഷസന് മൂന്ന് പെൺമക്കളുണ്ടായിരുന്നു. അവർ താമസിച്ചിരുന്നത് രാക്ഷസഗൃഹത്തിന്റെ മുകളിലത്തെ മാടിയിലും രാജകുമാരനും രാക്ഷസനും താഴത്തെ നിലയിലുമായിരുന്നു. രാജകുമാരന് മുകളിലത്തെ നിലയിൽ പോകാൻ അനുവാദമില്ലായിരുന്നു. അതുകൊണ്ട് കുമാരൻ അവിടെ താമസിക്കാൻ തുടങ്ങിയിട്ട് വർഷങ്ങൾ പലത് കഴിഞ്ഞുവെങ്കിലും ഒരിക്കൽപോലും രാക്ഷസന്റെ മക്കളെ കുമാരൻ കണ്ടതേയില്ല. കുമാരൻ വളർന്ന് സുമുഖനായ ഒരു ചെറുപ്പക്കാരനായി; അതുപോലെ രാക്ഷസന്റെ മക്കൾ സുന്ദരികളായ കന്യകമാരും.

അന്നൊരുനാൾ രാക്ഷസൻ കുമാരനോട് പറഞ്ഞു: "ഞാൻ കുറച്ചുദൂരെ ഒരു സ്ഥലത്തേക്ക് പോകുന്നു. തിരിച്ചുവരാൻ ഇരുട്ടും. എല്ലാം സൂക്ഷിച്ച് നോക്കിക്കോണം.''

"ശരി.''

രാക്ഷസൻ പോയിക്കഴിഞ്ഞപ്പോൾ കുമാരൻ വീട്ടിലെല്ലാം ചുറ്റിനടന്നതിനിടയിൽ മുകളിലത്തെ നിലയിലും പോയി. ഒരു മുറിയിൽനിന്ന് സംഗീതം കേട്ടപ്പോൾ കുമാരൻ ആ മുറിയുടെ വാതിൽ മെല്ലെ തള്ളിത്തുറന്ന് അകത്തേക്ക് നോക്കി. അവിടെ സുന്ദരിയായ ഒരു ചെറുപ്പക്കാരിയേയാണ് കണ്ടത്. അവർ പരസ്പരം അൽപനേരം നോക്കിനിന്നു. പെട്ടെന്ന് ആ സുന്ദരി പറഞ്ഞു:

"താങ്കൾ ഉടനെ പോയ്ക്കൊള്ളുക. എന്റെ അച്ഛൻ വരുന്നുണ്ടെന്ന് തോന്നുന്നു. ദൂരെ അച്ഛന്റെ കാലടിശബ്ദം കേൾക്കുന്നു. പക്ഷേ, അച്ഛൻ ഉറങ്ങിക്കഴിഞ്ഞാൽ, രാത്രിയിൽ ശബ്ദമുണ്ടാക്കാതെ ഇവിടെ വരണം. നമുക്ക് ഒന്നിച്ച് അപ്പോൾ സംസാരിക്കാം. എന്താ, വരില്ലേ?''

"വരാം.''

കുമാരൻ ഉടൻതന്നെ താഴേയ്ക്ക് പോയി, പിന്നീട് അർധരാത്രിയോടടുത്ത്, രാക്ഷസൻ നല്ല ഉറക്കമായതിനുശേഷം കുമാരൻ അവളുടെ മുറിയിൽ ചെന്നു. അവർ രണ്ടുപേരും കുറേനേരം സംസാരിച്ച് സമയം ചിലവഴിച്ചു. പിന്നീട് അവൾ പറഞ്ഞു:

"അച്ഛൻ ഉണരുന്ന സമയമായി. ഇനി താങ്കൾ പോയ്ക്കോളൂ. എന്നെ ഇഷ്ടമായില്ലേ! "

"ഇഷ്ടമായി, വളരെയേറെ ഇഷ്ടം.''

"എങ്കിൽ ഞാനൊരു കാര്യം പറയാം.''

“കേൾക്കട്ടെ.”

“നാളെ അച്ഛൻ നിങ്ങൾക്ക് ഒരു വിവാഹാലോചന തരും. എന്റെ മൂത്ത രണ്ട് സഹോദരിമാരിൽ ഒരാളെ താങ്കൾ വിവാഹം കഴിക്കണ മെന്ന് അച്ഛൻ ആവശ്യപ്പെടും. അപ്പോൾ താങ്കൾ ഇളയപുത്രിയെ മാത്രമേ വിവാഹം കഴിക്കാൻ ഇഷ്ടപ്പെടുന്നുള്ളൂ എന്ന് തറപ്പിച്ച് പറയണം. കാരണം അച്ഛൻ എന്നെ മറ്റൊരു രാജകുമാരനെക്കൊണ്ട് വിവാഹം കഴിപ്പിക്കാൻ തീർച്ചയാക്കിയിരിക്കുകയാണ്. എന്നാൽ എനിക്ക് ആ വിവാഹം ഒട്ടുംതന്നെ ഇഷ്ടമല്ല. എന്താ, അങ്ങ് തറപ്പിച്ച് പറയുകയില്ലേ?”

“തീർച്ചയായും.”

“എങ്കിൽ വേഗം പോയ്ക്കോളൂ.”

പ്രതീക്ഷിച്ചതുപോലെ അടുത്തദിവസം രാക്ഷസൻ തന്റെ മൂന്ന് മക്കളേയും കുമാരനേയും തന്റെയടുക്കലേക്ക് ഒരേസമയം വിളിച്ചു. അവരെല്ലാം എത്തിക്കഴിഞ്ഞപ്പോൾ അയാൾ പറഞ്ഞു:

“ഞാൻ നിങ്ങളെയെല്ലാം വിളിച്ചുവരുത്തിയത് ചില കാര്യങ്ങൾ എല്ലാവരോടുമായി പറയാനാണ്. - പ്രത്യേകിച്ചും കുമാരനോട്. ഈ നിൽക്കുന്ന മൂന്ന് പെൺകുട്ടികളും എന്റെ മക്കളാണ്.” രാക്ഷസൻ തന്റെ മക്കളെ കുമാരന് പരിചയപ്പെടുത്തിയതിനുശേഷം തുടർന്നു.

“കുമാരൻ എന്നെ വിട്ട് പോകേണ്ട സമയമായിരിക്കുന്നു; വിവാഹം കഴിച്ച് സ്വന്തമായ ഒരു കുടുംബജീവിതം തുടങ്ങേണ്ട സമയവും. കുമാരന് നാളെത്തന്നെ എന്റെ രണ്ട് മൂത്ത മക്കളിൽ ആരെയെങ്കിലും ഒരാളെ - ആരെന്ന് കുമാരന് തീർച്ചപ്പെടുത്താം - വിവാഹം കഴിച്ച് അവളേയുംകൊ ണ്ട് അച്ഛന്റെ കൊട്ടാരത്തിലേക്ക് പോകാം.” രാക്ഷസൻ പറഞ്ഞതിന് മറുപടിയായി കുമാരൻ പറഞ്ഞു:

“ഞാൻ താങ്കളുടെ മക്കളിൽ ഒരാളെ വിവാഹം കഴിക്കാൻ തയാറാണ്. പക്ഷേ, അത് താങ്കളുടെ ഇളയ മകളായിരിക്കണം.” അത് കേട്ട് രാക്ഷസൻ കോപിഷ്ഠനായി. അയാൾ പറഞ്ഞു:

“എന്റെ ഇളയമകളെ നിനക്ക് കിട്ടണമെങ്കിൽ നീ വളരെ കഠിന ങ്ങളായ മൂന്ന് പരീക്ഷണങ്ങൾ നേരിടണം. അവയിൽ ജയിക്കുകയും വേണം. മാത്രമല്ല, ഏതെങ്കിലും ഒന്നിൽ തോറ്റുപോയാൽ മരണശിക്ഷ സ്വീകരിക്കാനും തയാറാകണം. എന്താ, തയാറാണോ?”

“അതേ, പരീക്ഷണങ്ങളെ അഭിമുഖീകരിക്കാൻ തയാറാണ്. എന്തൊ ക്കെയാണ് പരീക്ഷകൾ എന്ന് കേൾക്കട്ടെ.”

“ശരി, ഞാൻ ഓരോന്നായി പറയാം. ആദ്യത്തെ പരീക്ഷ എന്താ ണെന്നറിയാൻ എന്റെ കൂടെ വാ.” അതും പറഞ്ഞ് രാക്ഷസൻ തന്റെ

പശുത്തൊഴുത്തിലേക്ക് നടന്നു. അവിടെ എത്തിയതും അയാൾ കുമാരനോട് പറഞ്ഞു:

“ആ തൊഴുത്ത് കണ്ടോ, ഏതാണ്ട് ആറ് വർഷങ്ങളായി ഈ തൊഴുത്ത് ആരും കഴുകി ശുദ്ധിയാക്കിയിട്ടില്ല. ഞാനിപ്പോൾ ഒരു ജോലിയായി വെളിയിൽ പോകുന്നു. സന്ധ്യയോടടുത്ത് ഞാൻ തിരികെ വരുന്നതിന് മുമ്പ് തൊഴുത്ത് വൃത്തിയാക്കി വെയ്ക്കണം. ഒരു ചെറിയ പന്ത് ഒരരുകിൽനിന്ന് ഉരുട്ടിയാൽ ഒരു തടസ്സവുമില്ലാതെ അത് മറ്റേ അറ്റത്ത് എത്തുന്നരീതിയിൽ ഇതിന്റെ തറ ശുദ്ധമായിരിയ്ക്കണം. ഇല്ലെങ്കൽ നിന്റെ രക്തം ഇവിടെ വീഴും തീർച്ച.’’ ഇത്രയും പറഞ്ഞ് രാക്ഷസൻ യാത്രയായി; അയാളുടെ പുത്രിമാരും അവരവരുടെ മുറികളിലേക്ക് മടങ്ങി.

പാവം കുമാരൻ, മറ്റുമാർഗങ്ങളൊന്നുമില്ലാതെ തൊഴുത്ത് ശുദ്ധീകരിക്കുന്ന ജോലി തുടങ്ങി. ഏതാണ്ട് സായന്തനമായപ്പോഴേക്കും കുമാരൻ ക്ഷീണിച്ച് അവശനായി. പക്ഷേ തൊഴുത്ത് ഒട്ടുംതന്നെ ശുദ്ധമായതുമില്ല. ആ സമയത്ത് തികച്ചും അപ്രതീക്ഷിതമായി തൊഴുത്തിന്റെ വാതിൽക്കൽ രാക്ഷസന്റെ ഇളയമകൾ പ്രത്യക്ഷപ്പെട്ടു.

“താങ്കൾ തികച്ചും ക്ഷീണിതനായിരിക്കുന്നു. ഇനി കുറച്ചുനേരം വിശ്രമിക്കുക.’’

കുമാരൻ അവശനായി അവളെ നോക്കിയിരിക്കുമ്പോൾ ഉറങ്ങിപ്പോയി. കുറച്ചുകഴിഞ്ഞ് ഏതോ സ്വപ്നം കണ്ട് ഞെട്ടിയുണർന്നപ്പോൾ അവൾ അവിടെ ഇല്ലായിരുന്നു. പക്ഷേ, അതിശയംപോലെ തൊഴുത്ത് പറയാനാകാത്തത്ര ശുദ്ധവുമായിരുന്നു.

ഒട്ടും താമസിയാതെ രാക്ഷസൻ അവിടെ എത്തി.

“ഹേ, ചെറുപ്പക്കാരാ. എന്താ, തൊഴുത്തു വൃത്തിയാക്കൽ കഴിഞ്ഞോ.’’

“എന്നാൽ കഴിയുന്നത്ര.’’

“ഞാൻ നോക്കട്ടെ.’’ കണ്ട കാഴ്ച രാക്ഷസനെ അദ്ഭുതപ്പെടുത്തി.

“ഓ, നീ ഈ പരീക്ഷയിൽ വിജയിച്ചിരിക്കുന്നു. ഇനി അടുത്ത പരീക്ഷ എന്താണെന്ന് കേട്ടോ. നാളെ ഈ സമയമാകുമ്പോഴേയ്ക്കും ഈ തൊഴുത്തിന്റെ കൂര പലതരം പക്ഷികളുടെ തൂവലുകൾകൊണ്ട് മേഞ്ഞിരിക്കണം. ഒരുവക പക്ഷിയുടെ തൂവൽ ഒന്നിനുമേലെ ഉപയോഗിക്കരുത്. എന്താ, മനസ്സിലായോ. മനസ്സിലായെങ്കിൽ ജോലി തുടങ്ങിക്കോ.’’ ഇത്രയും പറഞ്ഞിട്ട് രാക്ഷസൻ അവിടെനിന്നും പോയി.

കുമാരൻ എന്തുചെയ്യണമെന്നറിയാതെ കുറേനേരം ചിലവഴിച്ചതിനുശേഷം, വരുന്നതുവരട്ടെ, ഏതായാലും ഒരിക്കലല്ലെ മരിക്കുകയുള്ളൂ എന്ന് കരുതി അതിനുമുമ്പ് ലക്ഷ്യപ്രാപ്തിക്കായി തന്നാൽ കഴിയുന്നത്ര

പരിശ്രമിക്കാം എന്ന തീരുമാനത്തൽ എത്തി. ഒരമ്പും വില്ലും സംഘടിപ്പിച്ച് അതുമായി കുമാരൻ പക്ഷികളെ വേട്ടയാടാൻ പുറപ്പെട്ടു. അടുത്ത ദിവസം മധ്യാഹ്നമായപ്പോഴേക്കും കുമാരൻ തികച്ചും അവശനായി. പക്ഷേ, തൂവലുകൾ ഒന്നും തന്നെ ശേഖരിക്കാൻ കഴിഞ്ഞതുമില്ല. തികഞ്ഞ നിരാശയോടെ കുമാരൻ തൊഴുത്തിൽ എത്തി. ആ സമയത്ത് രാക്ഷസന്റെ ഇളയമകൾ അവിടെയെത്തി.

“കുമാരൻ വളരെ ക്ഷീണിച്ചുവല്ലോ. ഇനി കുറച്ചു വിശ്രമിക്കൂ.”

“ശരി, അങ്ങനെയാകട്ടെ.”

കുറച്ചുസമയം കഴിഞ്ഞ് കുമാരൻ ഉണർന്നപ്പോൾ കണ്ട കാഴ്ച വീണ്ടും അദ്ഭുതകരമായിരുന്നു. കന്യക പോയിക്കഴിഞ്ഞിരുന്നു. തൊഴുത്തിന്റെ കൂര രാക്ഷസൻ പറഞ്ഞിരുന്നതുപോലെ വിവിധതരം പക്ഷികളുടെ തൂവലുകൾകൊണ്ട് കമനീയകരമാം വിധം മേഞ്ഞിരുന്നു. അൽപസമയം കഴിഞ്ഞപ്പോൾ രാക്ഷസൻ അവിടെയെത്തി.

“എന്താ, കൂര മേയാൻ കഴിഞ്ഞോ, അതോ നീ പരീക്ഷയിൽ തോറ്റോ?”

“നോക്കൂ, ഒരളവുവരെ കഴിഞ്ഞുവെന്ന് വിചാരിക്കുന്നു.”

“കൂര ഞാൻ നിർദേശിച്ചതുപോലെ തന്നെ മേഞ്ഞിരിക്കുന്നു. അതിശയമായിരിക്കുന്നു. പറയാതെ തരമില്ല. നീ ഈ പരീക്ഷയിലും വിജയിച്ചിരിക്കുന്നു.” രാക്ഷസൻ മനസിൽപൊങ്ങിയ കോപം അടക്കിപ്പിടിച്ച് പറഞ്ഞു.

“അടുത്ത പരീക്ഷ എന്താണെന്ന് കേട്ടുകൊള്ളുക. ദാ നോക്ക്. അവിടെ നിൽക്കുന്ന ദേവതാരു മരം നീ കാണുന്നുണ്ടോ? ആ മരത്തിന്റെ മുകളിൽ ഒരു മാഗ്പൈ പക്ഷി കൂടുകെട്ടിയിട്ടുണ്ട്. കൂട്ടിൽ അഞ്ചുമുട്ടകളുണ്ട്. നാളെ എന്റെ രാവിലത്തെ പ്രഭാതഭക്ഷണത്തിന് ആ അഞ്ചുമുട്ടകളും ഇവിടെ എത്തിച്ചിരിക്കണം. ഒന്നുപോലും ഉടയാൻ പാടില്ല. എന്താ കേട്ടോ, പറഞ്ഞതുപോലെ നിന്നെക്കൊണ്ട് കഴിഞ്ഞില്ലെങ്കിൽ എനിക്ക് നിന്റെ ചോരകൊണ്ട് തൃപ്തിപ്പെടേണ്ടിവരും. കേട്ടല്ലോ?”

അടുത്തദിവസം സൂര്യൻ ഉദിക്കുന്നതിനുമുമ്പുതന്നെ കുമാരൻ രാക്ഷസൻ കാണിച്ച ദേവതാരുമരത്തിന്റെ ചുവട്ടിൽ എത്തി. വളരെ ഉയരത്തിൽ വളർന്നുനിന്ന ആ മരത്തിന്റെ മുകളിൽ എങ്ങനെ കയറുമെന്ന് കുമാരന് നിശ്ചയമില്ലായിരുന്നു. മരത്തിന്റെ തൊലി നല്ല മിനുസമുള്ളതായിരുന്നു; കാലുവെയ്ക്കാൻ മരത്തിൽ ഒരു പഴുതും കണ്ടില്ല. അള്ളിപ്പിടിച്ച് കയറാൻ ശ്രമിച്ചപ്പോഴൊക്കെ കാലുവഴുതി കീഴോട്ടുതന്നെ വീഴുകയാണുണ്ടായത്. അങ്ങനെ കുമാരൻ നിസ്സഹായനായി

നിൽക്കുമ്പോൾ രാക്ഷസന്റെ ഇളയമകൾ അവിടെയെത്തി.

"എന്താ കുമാരാ, കുമാരൻ മുട്ടകൾ എടുക്കാൻ ശ്രമിക്കുന്നില്ലേ?"

"ഞാൻ ശ്രമിക്കുന്നു. പക്ഷേ, ഈ മരത്തിൽ കയറാൻ കഴിയുന്നില്ല. ഓരോ ചുവടുവയ്ക്കുമ്പോഴും കാല് താഴേക്കുതന്നെ വഴുതിപ്പോകുന്നു. എന്തു ചെയ്യണമെന്ന് അറിയുന്നില്ല."

അവൾ തന്റെ ഒരു വിരൽ മരത്തോട് ചേർത്തുവച്ചുകൊണ്ട് പറഞ്ഞു: "കുമാരൻ ഈ വിരലിൽ ചവിട്ടിക്കൊണ്ട് ശ്രമിക്കൂ" കുമാരൻ അങ്ങനെ ശ്രമിച്ചപ്പോൾ അടുത്തകാൽ വെയ്ക്കാൻ സൗകര്യത്തിന് അവൾ ആദ്യത്തേതിൽ അൽപം മുകളിലായി അവളുടെ മറ്റേക്കയ്യിലെ ഒരു വിരൽ വെച്ചുകൊടുത്തു. വിരലുകൾ മുകളിലേക്ക് മാറ്റി മാറ്റി വയ്ക്കാൻ കഴിയുന്നത്ര നീളത്തിൽ അവളുടെ കൈകളുടെ നീളം കൂടിക്കൊണ്ടേയിരുന്നു എന്നത് ഒരതിശയംതന്നെയായിരുന്നു. പക്ഷേ, കുമാരൻ അതൊന്നും ശ്രദ്ധിച്ചില്ല. അവൾ വെച്ചുകൊടുത്ത വിരലുകളിൽ ചവിട്ടി കുറേശ്ശക്കുറേശ്ശ കുമാരൻ മരത്തിന്റെ മുകളിൽ എത്തി.

"കുമാരാ, വേഗം വേണം. മുട്ടകൾ വേഗം ശേഖരിക്കുക. സമയം കളയരുത്."

"ശരി."

"അച്ഛൻ വരുന്ന ശബ്ദം കേൾക്കുന്നു. വേഗമാകട്ടെ കുമാരാ."

കുമാരൻ മുട്ടകൾ ശേഖരിക്കാൻ നിൽക്കാതെ പക്ഷിക്കൂട് അങ്ങനെ തന്നെ എടുത്തുകൊണ്ട് വേഗം താഴേക്കിറങ്ങി. പക്ഷേ, ആ സമയത്ത് അവളുടെ ഒരു വിരൽ ഒരു ഉടഞ്ഞ മരക്കൊമ്പിൽ തട്ടി അൽപം മുറിഞ്ഞു. വേഗംതന്നെ അവൾ സ്വന്തം വസ്ത്രത്തിന്റെ അറ്റം കീറിയെടുത്ത് വിരലിൽ വരിഞ്ഞുകെട്ടി - അങ്ങനെ ചെയ്താൽ ചോര ഓലിക്കുന്നത് നിൽക്കുമല്ലോ.

"കുമാരാ, ഇപ്പോൾ കുമാരൻ എല്ലാ പരീക്ഷകളിലും ജയിച്ചിരിക്കുന്നു. ഇന്ന് രാത്രി അച്ഛൻ കുമാരന്റേയും എന്റേയും വിവാഹം നടത്തും. വിവാഹച്ചടങ്ങിന് വിളിക്കുമ്പോൾ അച്ഛൻ ഞങ്ങൾ സഹോദരിമാരെ ഒന്നിച്ച് ഒരേതരത്തിൽ വസ്ത്രം ധരിപ്പിച്ച് കുമാരന്റെ മുമ്പിൽ നിർത്തും. കുമാരനോട് സ്വയം കുമാരന്റെ പ്രതിശ്രുതവധുവിനെ ഞങ്ങളിൽനിന്ന് തിരഞ്ഞെടുക്കാൻ പറയും. ഒറ്റ നോട്ടത്തിൽ ഞങ്ങളെ തിരിച്ചറിയാൻ കുമാരൻ ബുദ്ധിമുട്ടും. അതുകൊണ്ട് എന്റെ വിരലിൽ കാണുന്ന ഈ കെട്ട് കുമാരൻ ശ്രദ്ധിച്ചുകൊള്ളുക - ഈ ശ്രദ്ധ മനസ്സിൽ കരുതിക്കൊണ്ടു വേണം കുമാരൻ ഭാവി ഭാര്യയെ തിരഞ്ഞെടുക്കുന്നത്. മറക്കരുത്. ഞാൻ പോകുന്നു."

അൽപനിമിഷങ്ങൾക്കകം രാക്ഷസൻ അവിടെയെത്തി. കുമാരൻ മുട്ടകളോട്ടുകൂടി പക്ഷിക്കൂട് രാക്ഷസന് നൽകി.

"അപ്പോൾ നീ മൂന്നാമത്തെ പരീക്ഷയിലും വിജയിച്ചിരിക്കുന്നു. മിടുക്കൻ. ഇന്നു വൈകിട്ടുതന്നെ നിന്റെ കല്യാണം നടക്കും."

നേരം വൈകിയപ്പോൾ ഏതാണ്ട് സന്ധ്യയോടടുത്ത് രാക്ഷസൻ കുമാരനേയും തന്റെ മക്കളേയും വിളിച്ച് പറഞ്ഞു:

"മക്കളേ, പറഞ്ഞിരുന്നതുപോലെ കുമാരന്റെ വിവാഹം അടുത്ത ഒന്നുരണ്ടു മണിക്കൂറുകൾക്കുള്ളിൽ ഇവിടെവച്ച് നടക്കും. ഞാൻ നമ്മുടെ സ്നേഹിതരേയും അഭ്യുദയകാംക്ഷികളേയുമെല്ലാം ക്ഷണിച്ചിട്ടുണ്ട്. അവരെല്ലാം താമസിയാതെ ഇവിടെ എത്തും. നിങ്ങളെല്ലാം നമ്മുടെ പൂമുഖത്ത് ഉടനെ എത്തണം."

എല്ലാവരും സമയത്തിന് പൂമുഖത്തെത്തി. രാക്ഷസന്റെ മക്കൾ മൂന്ന്പേരും ഒരേതരത്തിലുള്ള വസ്ത്രങ്ങളാണ് ധരിച്ചിരുന്നത്. ഒരാളെ മറ്റൊരാളിൽനിന്ന് തിരിച്ചറിയുക വിഷമമായിരുന്നു. അതിഥികൾ എത്തിക്കഴിഞ്ഞപ്പോൾ രാക്ഷസൻ കുമാരനെ എല്ലാവർക്കും പരിചയപ്പെടുത്തി. പിന്നീട് കുമാരനോട് പറഞ്ഞു:

"കുമാരാ, എന്റെ മൂന്ന് പെൺമക്കളും ഇതാ നിൽക്കുന്നു. ഇവരിൽ ആരെവേണമെങ്കിലും കുമാരന്റെ ഇഷ്ടപ്രകാരം ഭാര്യയാകാൻ യോഗ്യയായി കുമാരന് തിരഞ്ഞെടുക്കാം. കുമാരൻ തിരഞ്ഞെടുത്തുകഴിഞ്ഞാൽ ഉടൻതന്നെ എന്റെ ആ മകളെ ഇവിടെ സന്നിഹിതരായിരിക്കുന്ന എല്ലാവരുടേയും സമക്ഷം കുമാരന് വിവാഹം കഴിച്ചുനൽകുന്നതായിരിക്കും."

കുമാരൻ മൂന്നുപേരെയും നോക്കി. അവരെ തിരിച്ചറിയുക പ്രയാസമായിരുന്നു. എങ്കിലും ഇളയമകളുടെ വിരലിൽ ഉണ്ടായിരുന്ന കെട്ട് നോക്കി കുമാരൻ മുമ്പോട്ട് നടന്ന് അവളുടെ തോളിൽ കൈവച്ചു. അപ്പോൾ രാക്ഷസൻ പറഞ്ഞു:

"കുമാരൻ ഈ പ്രാവശ്യവും തോറ്റില്ല. കുമാരന് എന്റെ ഇളയമകളെ ഇതാ വിവാഹംകഴിച്ചുതരുന്നു."

വിവാഹച്ചടങ്ങുകൾ കഴിഞ്ഞ്, സദ്യ ഊണും കഴിഞ്ഞ് അതിഥികൾ മടങ്ങി. പിന്നീട് അവൾ കുമാരനോട് സ്വകാര്യമായി പറഞ്ഞു:

"കുമാരാ, നമ്മൾ ഈ രാത്രി ഇവിടെ താമസിച്ചാൽ എന്റെ അച്ഛൻ താങ്കളെ കൊല്ലുമെന്നത് തീർച്ച. അതുകൊണ്ട് കഴിയുന്നതും വേഗം നമ്മൾ ഇവിടെനിന്ന് രക്ഷപ്പെടണം."

“എങ്ങനെ?”

“വഴിയുണ്ടാക്കാം.”

അൽപസമയം കഴിഞ്ഞ് എല്ലാവരും അവരവരുടെ ശയനമുറികളിലേക്ക് പോയി. കുമാരനും ഭാര്യയും അവരുടെ മുറിയിലേക്കും. പിന്നീട് അവൾ കുമാരനോട് പറഞ്ഞു: “കുമാരൻ ഇപ്പോൾ എന്റെ ഭർത്താവാണ്. കുമാരനെ രക്ഷിക്കേണ്ടത് എന്റെ ചുമതലയും ആവശ്യവുമാണ്.”

“ശരി.”

അവൾ ഒരു ആപ്പിളെടുത്ത് ഒമ്പതു കഷ്ണങ്ങളായി മുറിച്ച് രണ്ട് കഷണങ്ങൾ അവരുടെ കിടക്കയുടെ മുകൾ ഭാഗത്തായി വച്ചു; രണ്ടെണ്ണം കിടക്കയുടെ കാലിന്റെ ഭാഗത്തും; രണ്ടെണ്ണം വീട്ടിലെ അടുക്കളയുടെ വാതിൽക്കൽ; രണ്ടെണ്ണം വീടിന്റെ പ്രധാന കവാടത്തിൽ; ഒന്ന് വീടിനു വെളിയിൽ അൽപം ദൂരത്തായി. പിന്നീട് തന്റെ അച്ഛൻ കൂർക്കംവലിച്ചുറങ്ങുകയാണെന്ന് ഉറപ്പുവരുത്തിയതിനു ശേഷം കുമാരനോട് പറഞ്ഞ്:

“കുമാരാ, ഇപ്പോൾ ശബ്ദമുണ്ടാക്കാതെ കുമാരൻ എന്റ കൂടെ വരണം.”

ഭാര്യ പറഞ്ഞതുപോലെ കുമാരൻ അവളെ അനുഗമിച്ചു. അവർ രണ്ടുപേരും രാക്ഷസന്റെ കുതിരാലയത്തിൽ ചെന്നു. അവൾ നേരത്തെ തയ്യാറാക്കി നിർത്തിയിരുന്ന ഒരു കുതിരയുടെ പുറത്തുകയറി. കുമാരനോട് തന്റെ പുറകിൽ കുതിരപ്പുറത്ത് തന്നെ പിടിച്ചുകൊണ്ട് ഇരിക്കുവാൻ പറഞ്ഞു. പിന്നീട് ഒട്ടും ശബ്ദമുണ്ടാക്കാതെ അവർ അവിടെനിന്ന് പലായനം ചെയ്തു.

കുറേസമയം കഴിഞ്ഞ് രാക്ഷസൻ ഉറക്കമുണർന്നു ഉടനെ വിളിച്ചു ചോദിച്ചു:

“മക്കളേ, കുമാരാ. നിങ്ങൾ ഉറങ്ങിയില്ലേ?”

“ഇല്ല.” അങ്ങനെ മറുപടി പറഞ്ഞത് കിടക്കയുടെ മുകൾഭാഗത്തുണ്ടായിരുന്ന ആപ്പിൾ കഷണങ്ങളാണ്.

“ശരി.” ഒന്ന് തിരിഞ്ഞുമറിഞ്ഞ് കിടന്ന് അൽപംകൂടി ഉറങ്ങിയതിനു ശേഷം രാക്ഷസൻ വീണ്ടും വിളിച്ചു:

“മകളേ, നിങ്ങളുറങ്ങിയോ?”

“ഇല്ല. ഇനിയും ഉറങ്ങിയിട്ടില്ല.”

മറുപടി പറഞ്ഞത് കിടക്കയുടെ കാൽപ്പക്കം ഉണ്ടായിരുന്ന ആപ്പിൾ കഷണങ്ങളായിരുന്നു.

കുറച്ചുസമയം കഴിഞ്ഞ് രാക്ഷസൻ വീണ്ടും അന്വേഷണം തുടർന്നു.

അപ്പോൾ ഉത്തരം നൽകിയത് അടുക്കളയിലുണ്ടായിരുന്ന ആപ്പിൾ കഷണങ്ങളായിരുന്നു. നാലാമത്തെ പ്രാവശ്യം രാക്ഷസന് ഉത്തരം കിട്ടിയത് എവിടെനിന്നായിരുന്നു എന്ന് നിങ്ങൾക്ക് ഊഹിക്കാമല്ലോ. വീടിന്റെ പ്രധാനകവാടത്തിൽ നിന്ന് കേട്ട മറുപടി രാക്ഷസനെ സംശയാലുവാക്കി. അയാൾ ഉടൻതന്നെ കുമാരന്റെ കിടപ്പുമുറിയിൽ പോയി നോക്കിയപ്പോൾ കണ്ടത് ശൂന്യമായി കിടന്ന കിടക്കയാണ്.

കുറേ ദൂരത്തെ യാത്രയ്ക്കുശേഷം അവൾ കുമാരനോട് പറഞ്ഞു:

"നമ്മുടെ പിമ്പെ അച്ഛൻ വരുന്നുണ്ട്. എനിക്ക് അദ്ദേഹത്തിന്റെ മണം അറിയാൻ കഴിയുന്നു. അങ്ങ് ഒരു കാര്യം ചെയ്യണം. നമ്മുടെ കുതിരയുടെ കാതുകളിൽ അങ്ങയുടെ വിരലുകളിട്ട് എന്ത് കിട്ടുന്നുവോ അതെടുത്ത് പുറകിലേക്ക്, പുറം തിരിഞ്ഞുനോക്കാതെ എറിയണം വേഗം."

കുമാരൻ തന്റെ ഭാര്യ പറഞ്ഞതുപോലെ ചെയ്തു. കുമാരന് കുതിരയുടെ ചെവികളിൽനിന്ന് കിട്ടിയത്, ഒരു മുള്ളുചെടിയുടെ വള്ളികളിലൊന്നായിരുന്നു. കുമാരൻ അത് പുറകിലേക്ക് എറിഞ്ഞപ്പോൾ സംഭവിച്ചത് എന്താണെന്നറിയണ്ടേ. അവർക്ക് പുറകിലായി ഏതാണ്ട് 20 കിലോമീറ്റർ ദൂരം മുള്ളുകമ്പുകൾകൊണ്ട് നിറഞ്ഞു. അതിനുള്ളിൽക്കൂടി പോകുന്നത് അസാധ്യമായിരുന്നു. പുറകെ വേഗത്തിൽ ചെന്നുകൊണ്ടിരുന്ന രാക്ഷസനും മുള്ളുവേലി കടന്നുചെല്ലാൻ കഴിഞ്ഞില്ല. അയാൾ ഉടൻതന്നെ തിരികെ സ്വന്തം വീട്ടിലേക്ക് കാറ്റിന്റെ വേഗത്തിൽ ഓടി; അവിടെനിന്ന് ഒരു അരിവാളും ഒരു മഴുവും എടുത്തുകൊണ്ട് തിരികെ അതേ വേഗത്തിൽ ചെന്ന് മുള്ളുകമ്പുകൾ വെട്ടിമാറ്റി. അതെല്ലാം നിമിഷനേരത്തിലാണ് രാക്ഷസൻ ചെയ്തു തീർത്തത്. കുമാരന്റെ ഭാര്യ കുമാരനോട് പറഞ്ഞു:

"വീണ്ടും അച്ഛൻ നമ്മുടെ പുറകിൽ എത്തിയെന്ന് തോന്നുന്നു. അങ്ങ് വീണ്ടും മുമ്പേ ചെയ്തതുപോലെ ചെയ്യുക. വേഗം. നമുക്ക് ഒട്ടും സമയമില്ല."

കുമാരൻ കുതിരയുടെ ചെവിയിൽനിന്ന് കിട്ടിയ പാറക്കഷണം പുറകിലേക്കെറിഞ്ഞു. മുമ്പെ സംഭവിച്ചതുപോലെ അവരുടെ പിന്നിലായി ഏതാണ്ട് 20 കിലോമീറ്റർ ദൂരം ഉയരത്തിലുള്ള പാറ പ്രത്യക്ഷപ്പെട്ടപ്പോൾ രാക്ഷസന് അതിൽക്കൂടി മുന്നോട്ട് യാത്രചെയ്യാൻ ബുദ്ധിമുട്ടായിരുന്നതുകൊണ്ട് തിരികെ വീട്ടിൽപോയി പിക്കാസും ഇരുമ്പ് പാരയും എടുത്തുകൊണ്ട് ചെന്ന് പാറ പൊട്ടിച്ചു.

വീണ്ടും കുറച്ചുസമയം കഴിഞ്ഞപ്പോൾ ഭാര്യ കുമാരനോട് പറഞ്ഞു:

"അച്ഛൻ പിന്നിൽ അടുത്തെത്തിയിരിക്കുന്നു. നേരത്തെ ചെയ്തതുപോലെ വീണ്ടും ചെയ്യുക.വേഗം"

കുമാരന് ആ പ്രാവശ്യം കുതിരയുടെ ചെവിയിൽനിന്നും കിട്ടിയത് ഒരു സഞ്ചിയിൽ കുറച്ച ജലമാണ്. കുമാരൻ അത് പുറകിലേക്ക് എറിഞ്ഞ പ്പോൾ അവർക്കുപിന്നിൽ ഒരു വലിയ തടാകമാണ് രൂപം കൊണ്ടത്. വേഗത്തിൽ ചെന്നുകൊണ്ടിരുന്ന നീന്തൽ വശമില്ലാതിരുന്ന രാക്ഷസന് തന്റെ വേഗം നിയന്ത്രിക്കാനാകാതെ ജലാശയത്തിലേക്ക് വീണ് മരിച്ചു.

ആ സമയമെല്ലാം കുമാരന്റേയും കുമാരിയുടേയും (കുമാരന്റെ ഭാര്യ) കുതിര കാറ്റുപോലെ അതിവേഗത്തിൽ മുന്നോട്ട് ഓടുകയായിരുന്നു. കുറച്ചുസമയത്തിനുള്ളിൽ അവർ എത്തിയത് കുമാരന്റെ അച്ഛന്റെ കൊട്ടാരത്തിന് മുമ്പിലായിരുന്നു. കുതിരയെ അവിടെ നിർത്തി അവർ രണ്ടുപേരും താഴെയിറങ്ങി. അപ്പോൾ കുമാരൻ പറഞ്ഞു:

“ഇത് എന്റെ അച്ഛന്റെ കൊട്ടാരമാണല്ലോ. ഇവിടെ നിന്നാണ് നിന്റെ അച്ഛൻ എന്നെ തട്ടിക്കൊണ്ടുവന്നത്.”

“അതേ, കുമാരൻ പറഞ്ഞത് തികച്ചും ശരിയാണ്. ഭയപ്പെടാതെ, ഒരു ശങ്കയുമില്ലാതെ കുമാരൻ കൊട്ടാരത്തിനകത്തേയ്ക്ക് പോകണം. പക്ഷേ, ഒരു നിബന്ധന. യാതൊരു കാരണവശാലും കൊട്ടാരത്തിൽ ആരും (മനുഷ്യരും മൃഗങ്ങളും) കുമാരനെ ചുംബിക്കാൻ പാടില്ല. അതിന് അവസരം ഉണ്ടാക്കരുത്. അങ്ങനെ സംഭവിച്ചാൽ കുമാരന്റെ മനസിൽ നിന്ന് ഞാൻ മാഞ്ഞുപോകും - കുമാരൻ എന്നെ മറക്കും.”

“മറ്റൊന്ന്, കുമാരൻ എന്നെ വിവാഹം കഴിച്ചകാര്യം സത്യസന്ധ മായി എല്ലാവരോടും പറയണം.”

“ശരി, അങ്ങനെയാകട്ടെ.”

കുമാരൻ അങ്ങനെ പറഞ്ഞിട്ട് കൊട്ടാരത്തിനുള്ളിലേക്ക് നടന്നു. ഭാര്യയെ വെളിയിൽത്തന്നെ നിർത്തിയിട്ടാണ് കുമാരൻ കൊട്ടാരത്തിൽ കയറിയത്. കുമാരനെ കണ്ടയുടൻതന്നെ കുമാരന്റെ അച്ഛനുമമ്മയും യാതൊരു വിഷമവുമില്ലാതെ കുമാരനെ തിരിച്ചറിയുകയും സ്നേഹ ത്തോടെ വരവേൽക്കുകയും ചെയ്തു. കുമാരൻ അവരോടെല്ലാം തന്നെ കെട്ടിപ്പിടിക്കരുതെന്നും ഉമ്മവെയ്ക്കരുതെന്നും അങ്ങനെ ചെയ്താൽ ചില അനിഷ്ടസംഭവങ്ങൾ ഉണ്ടാകാനിടയുണ്ടെന്നും പറഞ്ഞു മനസ്സിലാക്കി. പക്ഷേ, തന്റെ വിവാഹത്തെക്കുറിച്ചും ഭാര്യയെക്കുറിച്ചും പറയുന്നതിനു മുമ്പ് ചെറുപ്പത്തിലെ കൂട്ടുകാരനായിരുന്ന വളർത്തുനായ ഓടിച്ചെന്ന് കുതിച്ചുചാടി കുമാരന്റെ മുഖത്ത് മുത്തംവെച്ചു. കുമാരന് അതിനെ നിയന്ത്രിക്കാൻ കഴിഞ്ഞില്ല. അങ്ങനെ സംഭവിച്ചതും കുമാരന് ഭാര്യയെ ക്കുറിച്ചുള്ള ഓർമകളെല്ലാം നഷ്ടപ്പെട്ടു. അതുകൊണ്ട് കുമാരൻ പുറത്തു പോയി ഭാര്യയെ അകത്തേക്ക് വിളിക്കാനും ഓർത്തില്ല. പാവം, ആ സ്ത്രീ

അന്ന് പകൽ മുഴുവനും ഗേറ്റിനടുത്തുണ്ടായിരുന്ന ഒരു കിണറിന്റെ അരികിൽത്തന്നെ കുമാരനേയും പ്രതീക്ഷിച്ച് ഇരുന്നു. നേരം ഇരുട്ടിത്തുടങ്ങിയപ്പോൾ അവൾ (കുമാരി) കിണറിന്റെ അടുത്ത് നിന്നിരുന്ന ഒരു ഓാക്കുമരത്തിന്റെ കൊമ്പിൽ കയറിയിരുന്ന് വിശ്രമിച്ചു- ഉറങ്ങിയെന്നു തന്നെ പറയാം.

നേരം പുലർന്നതും അടുത്തുതാമസിച്ചിരുന്ന ചെരിപ്പുകുത്തിയുടെ ഭാര്യ വെള്ളംകോരൻ കിണറ്റുകരയിലെത്തി. കിണറ്റിലേക്ക് നോക്കിയപ്പോൾ വെള്ളത്തിൽ ഒരു സുന്ദരിയായ സ്ത്രീയുടെ രൂപം പ്രതിഫലിച്ചുകണ്ടു. അതു തന്റെ തന്നെ പ്രതിഫലനമാണെന്ന് വിശ്വസിച്ച അവർ താനിത്ര സുന്ദരിയാണോ എന്ന് അതിശയിച്ചുപോയി. അങ്ങനെ തികഞ്ഞ സന്തോഷത്തോടെ കിണറ്റിലേക്കിറക്കിയ ബക്കറ്റ് കിണറ്റിന്റെ ഓരത്ത് തട്ടി ഉടഞ്ഞുപോയി. അതുകൊണ്ട് വെള്ളം പിടിക്കാതെ അവർ വീട്ടിലേക്ക് മടങ്ങി.

വീട്ടിലെത്തിയ അവരോട് ഭർത്താവ് ചോദിച്ചു:

"നീയിത്രനേരം എവിടെയായിരുന്നു? എനിക്ക് ദാഹിക്കുന്നുവെന്ന് പറഞ്ഞിട്ട് വെള്ളമെവിടെ?"

അവർ നടന്നകാര്യങ്ങൾ പറയാൻ തുടങ്ങുമ്പോഴേക്കും അയാൾ ദേഷ്യപ്പെട്ട് മകളോട് പറഞ്ഞു:

"മോളേ, നിന്റെ അമ്മയെക്കൊണ്ട് ഒന്നിനും കഴിയില്ല. മോളുപോയി വെള്ളം പിടിച്ചുകൊണ്ടുവാ. അച്ഛന് കണ്ടമാനം ദാഹിക്കുന്നു."

അയാളുടെ മകളും അമ്മയെപ്പോലെ കിണറിന്റെ അടുത്തേക്ക് പോയി. മകൾക്കും അമ്മയ്ക്ക് സംഭവിച്ചതുപോലെ തന്നെ എല്ലാം സംഭവിച്ചു. വെള്ളം പിടിക്കാൻ കഴിയാതെ മടങ്ങിയ മകളോടും അയാൾ ശുണ്ഠിയെടുത്തു. പിന്നീട് അയാൾതന്നെ കിണറിനടുത്തേക്ക് പോയി. കിണറിനകത്ത് സ്ത്രീയുടെ പ്രതിച്ഛായ കണ്ട അയാൾ അതിന്റെ കാരണം അറിയാൻ മുകളിലേക്ക് നോക്കി. അവിടെ കുമാരന്റെ ഭാര്യയെകണ്ട അയാൾ വിളിച്ചുചോദിച്ചു:

"എന്തിനാ മരത്തിന്റെ കൊമ്പിൽക്കയറിയിരിക്കുന്നത്?, താഴെ ഇറങ്ങിവന്നുകൂടേ?"

"എനിക്ക് വിശ്രമിക്കാൻ വേറെ സ്ഥലമില്ലാത്തതുകൊണ്ടാണ് ഇവിടെ ഇരുന്നത്."

"വിരോധമില്ലെങ്കിൽ എന്റെ വീട്ടിൽ വിശ്രമിക്കാം."

"ശരി. അങ്ങനെയെങ്കിൽ ഞാൻ കൂടെ വരാം."

കുമാരി മരത്തിൽനിന്നും താഴെയിറങ്ങി. ചെരുപ്പുകുത്തിയോടൊപ്പം അയാളുടെ വീട്ടിൽ പോയി. അവർ ചെന്നസമയത്ത് ചെരുപ്പുകുത്തിയുടെ വീട്ടിൽ ചെരിപ്പുകൾ വാങ്ങാനായി കുറേ ചെറുപ്പക്കാർ കാത്തുനിൽക്കുന്നുണ്ടായിരുന്നു. അവരിൽ ചിലർ ചെരിപ്പുകുത്തിയുടെ കൂടെയുണ്ടായിരുന്ന സ്ത്രീയെ കണ്ടിട്ട് പറഞ്ഞു:

"ഹേ, ചെരിപ്പുകുത്തീ താങ്കളുടെ മകൾ അതീവസുന്ദരിയാണ്."

"അതേയതെ." മറ്റു ചിലർ ഏറ്റുപറഞ്ഞു:

"താങ്കളുടെ മകളെ എനിക്ക് വിവാഹം കഴിച്ചുതരികയാണെങ്കിൽ ഞാൻ താങ്കൾക്ക് ആയിരം പൗണ്ട് (ബ്രിട്ടീഷ് സ്കോട്ടിഷ് നാണയം) പാരിതോഷികമായി തരാം."

"ഞാൻ രണ്ടായിരം പൗണ്ട് തരാം." മറ്റൊരാൾ പറഞ്ഞു.

"ശരി. നിങ്ങൾ പറഞ്ഞതൊക്കെ ശരി. പക്ഷേ ഈ സ്ത്രീ എന്റെ മകളല്ല. ആരെ വിവാഹം കഴിക്കണമെന്ന് തീരുമാനിക്കേണ്ടത് അവൾ തന്നെയാണ്. ഞാനല്ല."

അപ്പോൾ കുമാരി ചെറുപ്പക്കാരോട് പറഞ്ഞു:

"എന്നെ വിവാഹം കഴിക്കാൻ ആഗ്രഹിക്കുന്നവർ നാളെ നിങ്ങളുടെ പണക്കിഴികളുമായി (money purses) എന്നെ വന്നുകാണുക. അപ്പോൾ നിങ്ങളിൽ ആരെ വിവാഹം കഴിക്കുവാൻ ഞാൻ ഇഷ്ടപ്പെടുന്നുവെന്ന് അപ്പോൾ പറയാം. എല്ലാവരും നാളെ രാവിലെതന്നെ വന്നുകൊള്ളുക."

അതുകേട്ട് അവർ പിരിഞ്ഞുപോയി. പക്ഷേ, അടുത്തദിവസം രാവിലെ അതിൽ മൂന്നുപേർ അവിടെ തിരിച്ചെത്തി. ചെരിപ്പുകുത്തിക്ക് ചില ചില്ലറ പാരിതോഷികങ്ങൾ നൽകി സുന്ദരിയെ കാണാൻ അനുവാദവും വാങ്ങി. അങ്ങനെ അനുവാദം വാങ്ങിയവർ കുമാരിയുടെ മുമ്പിൽ ആനയിക്കപ്പെട്ടു.

ആദ്യം എത്തിയ ആളിനോട് കുമാരി പറഞ്ഞു: "നിങ്ങളാണ് എന്നെ വിവാഹം കഴിക്കാൻ ആഗഹിക്കുന്നത്, അല്ലേ?. നിങ്ങൾ കൊണ്ടുവന്നിരിക്കുന്ന പണക്കിഴി ഇവിടെ വച്ചിട്ട് ദാ, ആ കാണുന്ന കിണറ്റിൽനിന്ന് ഒരു കപ്പ് ജലമെടുത്ത് എനിക്ക് തന്നാലും. അതിയായി ദാഹിക്കുന്നു."

ആ ചെറുപ്പക്കാരൻ കിണറ്റിൽനിന്നും ജലമെടുത്ത് ഒരു കോപ്പയിലാക്കിയെങ്കിലും അതുമെടുത്തുകൊണ്ട് കുമാരിയുടെ അടുത്തേക്ക് പോകാൻ അയാൾക്ക് കഴിഞ്ഞില്ല. അയാളുടെ കാലുകൾ നിലത്ത് ഒട്ടിപ്പിടിച്ചതുപോലെ അയാൾക്കുതോന്നി. കാലുകൾ ഇളക്കാനേ കഴിഞ്ഞില്ല. അയാൾ അങ്ങനെ കുറേനേരം നിന്നുകഴിഞ്ഞപ്പോൾ കുമാരി അയാളോട് പറഞ്ഞു:

“ഇനി നിങ്ങൾക്കുപോകാം. ഇനി ഒരു നിമിഷംപോലും നിങ്ങളെ ഇവിടെ കണ്ടുപോകരുത്. എനിക്ക് ദാഹിക്കുമ്പോൾ ഒരു കപ്പ് ജലം എടുത്തുതരാൻ കൂടി കഴിയാത്ത മനുഷ്യൻ.”

അപ്പോൾ അയാളുടെ കാലുകൾ ചലിച്ചുതുടങ്ങി. അയാൾ ജീവര ക്ഷാർഥം എന്നതുപോലെ അവിടെനിന്നും ഓടിപ്പോയി.

അതേ സംഭവങ്ങൾ മറ്റു രണ്ടുപേരുടേയും കാര്യത്തിലും ആവർത്തി ക്കപ്പെട്ടു. അപ്പോൾ കുമാരി ചെരിപ്പുകുത്തിയെ വിളിച്ചുചോദിച്ചു:

“താങ്കൾ ഇന്ന് എന്താണ് പരിപാടിയിട്ടിട്ടുള്ളത്.”

“ഓ, എനിക്ക് ഇന്നു വൈകിട്ട് രാജകൊട്ടാരത്തിൽ പോകണം. ഇന്നു വൈകിട്ട് രാജകുമാരന്റെ വിവാഹമാണ്. രാജകുമാരന് അണിയാൻ ഒരു പ്രത്യേകതരം ചെരിപ്പ് ഞാനുണ്ടാക്കിയിട്ടുണ്ട്. അത് അദ്ദേഹത്തിന് വിവാഹസമയത്തിനുമുമ്പായി കൊടുക്കണം.”

“ഓ, അങ്ങനെയോ. നല്ലത്. അതാ അവിടെയിരിക്കുന്ന മൂന്ന് പണക്കിഴികളും താങ്കൾക്കുള്ളതാണ്. എടുത്തുകൊള്ളുക. എനിക്ക് അവകൊണ്ട് ഒരു പ്രയോജനവുമില്ല. ഓ, ഇപ്പോഴാണ് ഞാൻ ഓർത്തത്. രാജകുമാരൻ ആരെയാണ് വിവാഹം കഴിക്കുന്നത്?”

“വിവാഹം കഴിക്കുന്ന സ്ത്രീയേയും കുമാരൻ വിരുന്നുസമയത്ത് അവി ടെനിന്നുതന്നെ തിരഞ്ഞെടുക്കും.”

“ഓ, അങ്ങനെയോ. വളരെ സന്തോഷം. എനിക്കും രാജകുമാരനെ ഒന്ന് കാണണമെന്നും വിവാഹവിരുന്നിൽ പങ്കെടുക്കണമെന്നും ആഗ്ര ഹമുണ്ട്. എങ്ങനെ സാധിക്കും?”

“ഓ, അതിന് വിഷമമൊന്നുമില്ല. ഞാൻ കൊട്ടാരത്തിലേക്ക് പോകുമ്പോൾ എന്റെകൂടെ വന്നാൽമതി. കുമാരന്റെ അടുത്ത് നിഷ്പ്ര യാസം പോകാം. അവിടെ പരിചാരകർക്കെല്ലാം എന്നെ നല്ലതുപോലെ അറിയാവുന്നതുകൊണ്ട് എന്റെകൂടെ വരുന്ന താങ്കളേയും അവർ തടഞ്ഞുനിർത്തുകയില്ല.”

“ശരി. അങ്ങനെയാകട്ടെ. നമുക്കൊന്നിച്ചു പോകാം.”

വൈകിട്ട് അവർ രണ്ടുപേരും ഒന്നിച്ച് കൊട്ടാരത്തിൽ വിവാ ഹച്ചടങ്ങിനായി ഒരുക്കിയിരുന്ന മണ്ഡപത്തിൽ എത്തിച്ചേർന്നു. ചെരിപ്പുകുത്തിയെ അറിയാമായിരുന്ന പരിചാരകർ അവരെ കുമാരൻ നിന്നിരുന്ന സ്ഥലത്തേക്ക് പോകാൻ അനുവദിച്ചു. ആതിഥ്യമര്യാദയനു സരിച്ച് അവരേയും പരിചാരകൻ സ്വീകരിക്കുകയും വൈൻ (മദ്യം) നിറച്ച കപ്പുകൾ നൽകുകയും ചെയ്തു. കുമാരന്റെ വളരെ ദൂരെയല്ലാതെ നിന്നി രുന്ന കുമാരി കുടിക്കാനായി വൈൻ കപ്പ് ഉയർത്തിയപ്പോൾ തികച്ചും

അപ്രതീക്ഷിതമായ ഒരതിശയം നടന്നു. കപ്പിലുണ്ടായിരുന്ന വൈനിന് പ്രത്യേക കാരണങ്ങളൊന്നുമില്ലാതെ തീ പിടിക്കുകയും അതിൽനിന്ന് തീജ്വാലകൾ ഉയർന്ന് മുകളിലേക്ക് പോയി രണ്ട് പ്രാവുകളുടെ രൂപം സ്വീകരിക്കുകയും ചെയ്തു. ഒരു പ്രാവിന് സ്വർണ്ണ നിറവും മറ്റതിന് വെള്ളിയുടെ നിറവുമായിരുന്നു. രണ്ട് പ്രാവുകളും കുമാരിയുടെ തലക്കുമുകളിൽ വട്ടമിട്ട് പറക്കുന്നതിനിടയിൽ എങ്ങുനിന്നോ മൂന്ന് ബാർലി മണികൾ അവളുടെ മുമ്പിലായി തറയിൽ വീണു. ഉടൻതന്നെ വെള്ളിനിറപ്രാവ് ആ മണികൾ കൊത്തിത്തിന്നു. അതുകണ്ട് സ്വർണ്ണനിറപ്രാവ് എല്ലാവർക്കും മനസ്സിലാകുന്ന ഭാഷയിൽ മറ്റേപ്രാവിനോട് പറഞ്ഞു:

“പശുത്തൊഴുത്ത് എങ്ങനെയാണ് ഞാൻ ശുദ്ധമാക്കിയതെന്ന് നിനക്ക് ഓർമയുണ്ടായിരുന്നെങ്കിൽ ആ മണികളിൽനിന്ന് എന്റെ പങ്ക് നീ എനിക്ക് തരുമായിരുന്നു.’’

നടന്ന സംഗതികളെല്ലാം കുമാരനുൾപ്പെടെ വിവാഹച്ചടങ്ങിന് കൂടിയിരുന്നവരെല്ലാം തികഞ്ഞ അതിശയത്തോടെ ശബ്ദമടക്കി കണ്ടു നിൽക്കുന്നുണ്ടായിരുന്നു; പ്രാവുകളുടെ സംഭാഷണം കേൾക്കുന്നുമുണ്ടായിരുന്നു. പ്രാവ് അത് പറഞ്ഞുതീർന്നതും വീണ്ടും മൂന്ന് ധാന്യമണികൾ അവിടെ വീണു. അതും ആദ്യത്തേതുപോലെ വെള്ളിനിറപ്രാവ് കൊത്തി വിഴുങ്ങി. അപ്പോൾ മറ്റേപ്രാവ് പറഞ്ഞു:

“ഞാനെങ്ങിനെയാണ് തൊഴുത്തിന്റെ കൂര മേഞ്ഞതെന്ന് ഓർത്തിരുന്നെങ്കിൽ നീ എന്റെ പങ്ക് എനിക്ക് തീർച്ചയായും തരുമായിരുന്നു.’’

വീണ്ടും വീണ മൂന്ന് ധാന്യമണികൾ വെള്ളപ്രാവ് കൊത്തിവിഴുങ്ങിയപ്പോൾ സ്വർണ്ണനിറപ്രാവ് പറഞ്ഞത് ‘എങ്ങനെയാണ് നിനക്ക് മാഗ്പൈ പക്ഷിയുടെ മുട്ടകൾ കിട്ടിയതെന്ന് ഓർത്തിരുന്നെങ്കിൽ നീ എന്റെ പങ്ക് നിഷേധിക്കുമായിരുന്നില്ല, അല്ലേ?’ എന്നായിരുന്നു.

പ്രാവുകൾ തമ്മിൽ നടന്ന ആ സംഭാഷണം കേട്ട കുമാരന് നഷ്ടപ്പെട്ട പഴയ ഓർമകൾ തിരിച്ചുകിട്ടി. മുന്നിൽനിന്നിരുന്ന തന്റെ സ്വന്തം ഭാര്യയെ തിരിച്ചറിയുകയും ചെയ്തു. കുമാരൻ ഭാര്യയെ രണ്ട് കരങ്ങളും നീട്ടി സ്വീകരിക്കുകയും അതിഥികൾ കേൾക്കുന്നവിധം ഉച്ചത്തിൽ പറയുകയും ചെയ്തു.

“ഇതെന്റെ പ്രിയപ്പെട്ട ഭാര്യയാണ്. ഞങ്ങൾ നേരത്തേതന്നെ വിവാഹിതരായതാണ്. അതുകൊണ്ട് ഇനിയൊരു വിവാഹച്ചടങ്ങ് അവശ്യമില്ല. ഞങ്ങളുടെ സന്തോഷത്തിനായി നിങ്ങൾ എല്ലാവരും ഇവിടെ ഒരുക്കിയിരിക്കുന്ന സൽക്കാരച്ചടങ്ങുകളിലും സദ്യയിലും പങ്കെടുത്ത് ഞങ്ങളെ അനുഗ്രഹിക്കു.’’

കുറിപ്പ്:- ഈ കഥ ഖീവി ഇമറുയലഹ പ്രസിദ്ധീകരിച്ച Popular Tales of the Western Highlands (vol-1) ലും Andew Langsâ The Lilac Fairy Tales Book എന്നതിലും വായിക്കാൻ കഴിയും. മാത്രമല്ല, സമാന കഥാസന്ദർഭങ്ങൾ മറ്റു പല യൂറോപ്യൻ കഥകളിലും കാണാൻ കഴിയും. അതുപോലെ ഇത് രണ്ടോ മൂന്നോ നാടോടിക്കഥകൾ ഒന്നിച്ചുചേർത്ത് രൂപംകൊടുത്ത ഒന്നാണോ എന്നും സംശയിക്കേണ്ടിയിരിക്കുന്നു.

ഹൃദയമില്ലാത്ത മനുഷ്യൻ

ഇത് പണ്ട്കാലത്ത് സ്കോട്ട്ലാന്റിൽ പ്രചാരത്തിലുണ്ടായിരുന്ന ഒരു കഥയാണ്. അനാഥരായിരുന്ന ഏഴ് സഹോദരന്മാരുടെ കഥ. അവർക്ക് സഹോദരിമാരാരും ഉണ്ടായിരുന്നില്ല. അതുകൊണ്ട് എല്ലാ വീട്ടുജോലികളും സഹോദരന്മാർ തന്നെ ചെയ്യേണ്ടിവന്നു. (അക്കാലത്തും വീട്ടിൽ സ്ത്രീകളുണ്ടെങ്കിൽ വീട്ടുജോലികൾ അവരുടെ ചുമതലയാണെന്ന് കരുതുന്ന പതിവുണ്ടായിരുന്നു എന്ന് വിചാരിക്കാം). അങ്ങനെ വീട്ടുജോലികൾ ചെയ്യുന്നത് സഹോദരന്മാർക്ക് ഇഷ്ടമായിരുന്നില്ല. അതുകൊണ്ട് വിവാഹം കഴിച്ചാൽ പിന്നീട് വീട്ടുജോലികൾ ഭാര്യമാർ ചെയ്തുകൊള്ളുമല്ലോ എന്ന് അവർ കരുതി. പക്ഷേ, നിർഭാഗ്യത്തിന് അവർ താമസിച്ചിരുന്ന ചുറ്റുവട്ടാരങ്ങളിൽ വിവാഹം കഴിക്കാൻ പറ്റിയ പെൺകുട്ടികളാരുമില്ലായിരുന്നു. അതുകൊണ്ട് അവർ ഒന്നിച്ചാലോചിച്ച് ഒരു തീരുമാനമെടുത്തു.

ഇളയസഹോദരൻ ഒഴിച്ച് ബാക്കി എല്ലാവരും അടുത്തുള്ള ചില ഗ്രാമങ്ങളിൽ പോയി തങ്ങൾക്ക് അനുയോജ്യരായ യുവതികളെ കണ്ടുപിടിച്ച് വിവാഹം കഴിക്കും. പക്ഷേ, ഇളയ സഹോദരൻ വീട്ടിൽതന്നെ കഴിയും. ആരെങ്കിലും വീട് സൂക്ഷിക്കണമല്ലോ. മറ്റ് സഹോദരന്മാർ വിവാഹം കഴിച്ച് മടങ്ങുമ്പോൾ ഇളയവന് അനുയോജ്യയായ ഒരു ചെറുപ്പക്കാരിയും സുന്ദരിയുമായ വധുവിനെ തിരഞ്ഞെടുത്ത് അവളേയും തങ്ങളുടെ ഭാര്യമാരോടൊപ്പം കൂട്ടിക്കൊണ്ടുവരും. അതായിരുന്നു അവരെല്ലാം ചേർന്ന് പൂർണമനസ്സോടെ എടുത്ത തീരുമാനം.

അങ്ങനെ മൂത്തസഹോദരന്മാർ യാത്രതിരിച്ചു. കുറേദൂരം യാത്രചെയ്ത് കഴിഞ്ഞപ്പോൾ വൃക്ഷങ്ങൾ സമൃദ്ധമായി വളർന്നു നിന്നിരുന്ന വനപ്രദേശംപോലെ തോന്നിക്കുന്ന ഒരു സ്ഥലത്ത് ഒരു വീടുകണ്ടു. അടുത്ത് മറ്റു വീടുകളൊന്നുമില്ലായിരുന്നു. ആ വീടിന്റെ മുമ്പിൽ സാമാന്യം പ്രായമായ ഒരാൾ നിൽക്കുന്നുണ്ടായിരുന്നു. അയാൾ ആ ചെറുപ്പക്കാരോട് ചോദിച്ചു:

"എന്താ. നിങ്ങളൊക്കെ എങ്ങോട്ടാ?. എല്ലാവരും നല്ല സന്തോഷത്തിലാണല്ലോ!."

"ഞങ്ങൾ സുന്ദരിമാരായ ഭാര്യമാരെ കണ്ടെത്താൻ പോകുകയാണ്. - ഞങ്ങൾക്കും ഞങ്ങളുടെ ഇളയ സഹോദരനും."

"നല്ലകാര്യം തന്നെ ചെറുപ്പക്കാരെ. ഞാനിവിടെ ഒറ്റയ്ക്ക് കഴിയുകയാണ്. കഴിയുമെങ്കിൽ നിങ്ങൾ എനിക്കുവേണ്ടിയും ഒരു വധുവിനെ കണ്ടുപിടിച്ചുകൊണ്ടുവരൂ.

"അങ്ങനെയാകട്ടെ. ഞങ്ങൾ ശ്രമിക്കാം."

"വധു ചെറുപ്പക്കാരിയും സുന്ദരിയുമായിരിക്കണം. കേട്ടോ, മറക്കണ്ട്."

"ഈ കിഴവന് ചെറുപ്പക്കാരിയും സുന്ദരിയുമായ വധുതന്നെ വേണം പോലും. കേട്ടില്ലേ, കിഴവന്റെ ആഗ്രഹം." അവർ പരസ്പരം പറഞ്ഞു ചിരിച്ചുകൊണ്ട് മുന്നോട്ട് നടന്നു.

സഹോദരന്മാർ അടുത്ത ദിവസം പുലർച്ചെ ഒരു ചെറിയ പട്ടണത്തിലെത്തിച്ചേർന്നു. അവിടെ അവരുടെ അന്വേഷണത്തിനിടയിൽ വിവാഹപ്രായമായ ഏഴ് പെൺകുട്ടികൾ താമസിക്കുന്ന ഒരു വീട് കണ്ടെത്തി. ആ സഹോദരിമാരുടെ വൃദ്ധനായ അച്ഛന് അവരെ അവർക്ക് വിവാഹം കഴിച്ചുകൊടുക്കുവാൻ സമ്മതവുമായിരുന്നു. സഹോദരന്മാർ ആ വീട്ടിൽ പോയി പെൺകുട്ടികളെ കണ്ടു. പരസ്പരസമ്മതത്തോടെ അവർ ഓരോരുത്തരും ഓരോ പെൺകുട്ടിയെ തിരഞ്ഞെടുത്ത് വിവാഹം കഴിച്ചു. ഇളയ സഹോദരിയെ തങ്ങളുടെ ഇളയസഹോദരനുവേണ്ടി അവളുടെ സമ്മതത്തോടെ ഒപ്പം കൂട്ടുകയും ചെയ്തു. ഒന്നുരണ്ടു ദിവസങ്ങൾക്കുശേഷം അവർ പതിമൂന്നുപേരും ഒന്നിച്ച് യാത്രതിരിച്ചു. സഹോദരന്മാരെ സംബന്ധിച്ചിടത്തോളം സന്തോഷകരമായ ഒരു മടക്കയാത്ര. യാത്രാമധ്യേ നേരത്തെകണ്ട വൃദ്ധനെ കാണാനിടയായി. അയാൾ വഴിയിൽത്തന്നെ അയാളുടെ വീടിന്റെ മുമ്പിലായി ഉണ്ടായിരുന്നു.

"ഹേ, ചെറുപ്പക്കാരെ. നിങ്ങൾ നിങ്ങളുടെ ദൗത്യത്തിൽ വിജയിച്ചുവെന്ന് തോന്നുന്നുവല്ലോ. എല്ലാവരുടേയും കൂടെയുള്ളത് നിങ്ങളുടെ ഭാര്യമാരാണ്. അല്ലേ? നല്ലത്. അപ്പോൾ നിങ്ങൾ എന്നേയും മറന്നില്ല. ഇവളെ നിങ്ങൾ എനിക്കായി കൂട്ടിക്കൊണ്ടുവന്നതാണ്, അല്ലേ?.

എനിക്ക് ഇവളെ നന്നായി ഇഷ്ടപ്പെട്ടു." വൃദ്ധൻ അങ്ങനെ പറഞ്ഞത് സഹോദരന്മാർക്ക് ഇഷ്ടപ്പെട്ടില്ല.

"എന്താ നിങ്ങൾ പറഞ്ഞത്?. ഇവൾ നിങ്ങൾക്കുവേണ്ടിയാണെന്നോ?. ഇവൾ ഞങ്ങളുടെ കൊച്ചനുജത്തിയാണ്. ഞങ്ങളുടെ ഇളയ സഹോദരനെ വിവാഹം കഴിക്കാൻ പോകുന്നവൾ." അവർ അൽപം ദ്വേഷ്യത്തോടെയാണ് അതു പറഞ്ഞത്.

"ഓഹോ, അങ്ങനെയോ. അപ്പോൾ എനിക്കുതന്ന വാക്ക് നിങ്ങൾ മറന്നുപോയി. ഇതിന് ശിക്ഷയായി ഞാൻ നിങ്ങളെ ഒരു പാഠം പഠിപ്പിക്കുന്നുണ്ട്." ഇത്രയും പറഞ്ഞിട്ട് അയാൾ തന്റെ കയ്യിലുണ്ടായിരുന്ന ഒരു കമ്പുകൊണ്ട് (അത് ഒരു മാന്ത്രിക ദണ്ഡായിരുന്നു.) അവരുടെ എല്ലാവരുടേയും ദേഹത്ത് തൊട്ടു; ഇളയ പെൺകുട്ടിയുടെ ദേഹത്തുമാത്രം തൊട്ടില്ല. ഉടൻതന്നെ അവർ പന്ത്രണ്ട് പേരും കരിങ്കൽശിലകളായി മാറി.

പിന്നീട് അയാൾ ഇളയവളോട് പറഞ്ഞു:

"എന്താ സംഭവിച്ചതെന്ന് കണ്ടല്ലോ. അതുകൊണ്ട് ഇനി ഞാൻ പറയുന്നത്കേട്ട് ഇവിടെ ജീവിച്ചുകൊള്ളണം. എനിക്കുവേണ്ട എല്ലാ വീട്ടുജോലികളും ചെയ്തുതരണം. അങ്ങനെയെങ്കിൽ നിനക്ക് യാതൊരു ബുദ്ധിമുട്ടുമില്ലാതെ യാതൊരു ഭയവുമില്ലാതെ ഇവിടെ ജീവിക്കാം. മറ്റൊരുകാര്യം, നീ എന്നെ വിവാഹം കഴിക്കണമെന്ന് ഞാൻ നിർബ്ബന്ധിക്കുകയില്ല. നിനക്ക് ഇഷ്ടംതോന്നുമ്പോൾ മാത്രം നമ്മൾ വിവാഹിതരാകും. എന്താ സമ്മതമാണോ?"

മറ്റുമാർഗങ്ങളൊന്നുമില്ലാതെ അവൾ പറഞ്ഞു:

"സമ്മതമാണ്."

അങ്ങനെ കുറേനാളുകൾ കഴിഞ്ഞ് ഒരുദിവസം അവളൾ അയാളോട് ചോദിച്ചു:

"എനിക്ക് ഒരു ഭയവുമില്ലാതെ ഇവിടെ ജീവിക്കാമെന്നല്ലേ അങ്ങ് പറഞ്ഞത്?. ഒരു ഭയം എന്റെ മനസ്സിനെ എപ്പോഴും അലട്ടുന്നു. ഞാനെന്താണ് ചെയ്യേണ്ടത്?"

"ഓ, അങ്ങനെയോ. നിന്റെ ഭയം എന്താ കേൾക്കട്ടെ."

"ഞാൻ ചോദിക്കുന്നതുകൊണ്ട് എന്നോട് ദ്വേഷ്യപ്പെടരുത്. അങ്ങേയ്ക്ക് പ്രായമായി. എന്റെ സഹോദരിമാരും അവരുടെ ഭർത്താക്കന്മാരും ശിൽപങ്ങളായി നിൽക്കുന്നു. എന്തെങ്കിലും സംഭവിച്ചാൽ, വിജനമായ ഈ കാട്ടുപ്രദേശത്ത് ഞാനൊറ്റയ്ക്ക് എങ്ങനെ ജീവിക്കും എന്ന ഭയം എന്നെ എപ്പോഴും അലട്ടിക്കൊണ്ടിരിക്കുന്നു."

"ഓ, അത്രേയുള്ളോ. നീ ഭയപ്പെടേണ്ട. എനിക്ക് ഒന്നും സംഭവിക്കുകയില്ല. കാരണം, എനിക്ക് ഹൃദയം ഇല്ലെന്നതുതന്നെ."

"എന്ത്? ഹൃദയമില്ലെന്നോ...?"

"ഹൃദയമില്ല എന്ന് പറഞ്ഞാൽ എന്റെ നെഞ്ചിനുള്ളിലല്ല എന്റെ ഹൃദയം എന്ന് മാത്രം. അഥവാ, എന്തെങ്കിലും കാരണവശാൽ ഞാൻ മരിക്കുകയാണെങ്കിൽ അപ്പോൾ എന്റെ മാന്ത്രികക്കോൽ ഇതാ ഇവിടെക്കാണും. അതുകൊണ്ട് നിനക്ക് നിന്റെ സഹോദരിമാരെയും ഭർത്താക്കന്മാരേയും പുനർജ്ജീവിപ്പിക്കാൻ കഴിയും. പക്ഷേ, ഞാൻ മരിച്ചതിനുശേഷമേ ഈ ദണ്ഡ് നിനക്ക് പ്രയോജനപ്പെടുകയുള്ളൂ." അത്രയും പറഞ്ഞ് അയാൾ പോയി. അവളെ സംബന്ധിച്ച് അത് വിലപ്പെട്ട ഒരറിവായിരുന്നു.

പിന്നീട് ഒരവസരത്തിൽ അവൾ അയാളോട് ചോദിച്ചു:

"അങ്ങയുടെ ഹൃദയം എവിടെയാണ്? അത് എവിടെയെങ്കിലും ഒളിപ്പിച്ചുവച്ചിരിക്കുകയാണോ?"

" ഓ, നിനക്ക് എല്ലാം അറിയാൻ ധൃതിയായോ. എങ്കിൽ കേട്ടോളൂ. എന്റെ ഹൃദയം എന്റെ കിടക്കവിരിപ്പിനടിയിലാണ്." അയാൾ കൂടുതലൊന്നും പറഞ്ഞില്ല.

അന്ന് അയാൾ പുറത്തെവിടെയോ പോയി സന്ധ്യയോടടുത്താണ് തിരികെയെത്തിയത്. അപ്പോഴേക്കും അവൾ അയാളുടെ കിടക്കവിരിപ്പിന്റെ പുറത്ത് നല്ല പൂക്കൾ തുന്നിയുണ്ടാക്കി. അയാൾ ആ പൂക്കൾ കണ്ടതും അവളോട് തിരക്കി:

"എടീ, പെണ്ണേ. നീ എന്തിനാ എന്റെ വിരിപ്പിൽ പൂക്കൾ തുന്നിപ്പിടിപ്പിച്ചത്?"

"അത് നിങ്ങളുടെ ഹൃദയത്തിന് സന്തോഷമാകുമെന്ന് കരുതി. അത്രതന്നെ." അത് കേട്ട് അയാൾ ചിരിച്ചുകൊണ്ട് പറഞ്ഞു:

"നീ ഒരു നല്ല പെണ്ണാണല്ലോ. എന്റെ ഹൃദയം വിരിപ്പിനടിയിലാണെന്ന് വെറും ഒരു തമാശ പറഞ്ഞതാണ്. നീ അത് വിശ്വസിച്ചു. അല്ലേ?"

"ഓ, അങ്ങനെയെങ്കിൽ അങ്ങയുടെ ഹൃദയം സത്യമായും എവിടെയാണ്?"

"അത് നമ്മുടെ വീട്ടുവാതലിന്റെ പടിക്കിടയിലാണ്."

അടുത്തദിവസം അയാൾ യാത്രകഴിഞ്ഞ് വീട്ടിലെത്തിയപ്പോൾ വാതൽപ്പടി തോരണങ്ങൾ കെട്ടി അലങ്കരിച്ചിരിക്കുന്നത് അയാൾ കണ്ടു. അയാൾ അവളെ വിളിച്ചുചോദിച്ചു:

“ഇതൊക്കെ ആരാ ചെയ്തത്? എന്തിനാ ഈ തോരണങ്ങളൊക്കെ കെട്ടിയിരിക്കുന്നത്? എല്ലാം നിന്റെ പണിയാണ്, അല്ലേ?”

“ഇതൊക്കെ അങ്ങയുടെ ഹൃദയത്തിന് സന്തോഷം നൽകുമെന്നാഗ്രഹിച്ചു.”

“നീ ഒരു നല്ല പെണ്ണുതന്നെ. പക്ഷേ, മണ്ടിപ്പെണ്ണും.” അയാൾ ചിരിച്ചുകൊണ്ട് പറഞ്ഞു.

അതുകേട്ട് അവൾ അയാളോട് യാചിച്ചു - ചോദിച്ചു

“നിങ്ങൾ എന്നെ കബളിപ്പിക്കുകയാണോ? നിങ്ങളുടെ ഹൃദയം സത്യമായും എവിടെയാണ്? എന്നോട് അത് പറഞ്ഞില്ലെങ്കിൽ അങ്ങയ്ക്ക് എന്തെങ്കിലും സംഭവിച്ചാൽ എന്റെ ഗതിയെന്താകും? ഞാനെവിടെപ്പോയി അങ്ങയുടെ ഹൃദയം കണ്ടുപിടിക്കും.” ഒടുവിൽ അവളുടെ നിർബന്ധത്തിന് വഴങ്ങി ആ സത്യം അയാൾ അവളോട് പറഞ്ഞു:

“എന്റെ ഹൃദയം ഇവിടെനിന്നും വളരെ ദൂരെ ഒരു സ്ഥലത്താണ്. വളരെ വളരെ ദൂരെ ഒരു സ്ഥലത്ത് - അവിടെ ഒരു ദേവാലയം ഉണ്ട്; വളരെ പുരാതനമായ ഒരു ദേവാലയം. വളരെക്കാലമായി അത് ആർക്കുവേണ്ടിയും തുറക്കാറില്ല. മാത്രമല്ല, അടച്ചിട്ടിരിക്കുന്ന ആ ദേവാലയത്തിന് ചുറ്റുമുള്ള ഇരുമ്പു ഗെയിറ്റുകൾ എപ്പോഴും പൂട്ടിയിരിക്കും. ദേവാലയത്തിന് ചുറ്റിനും വെള്ളം നിറഞ്ഞ കിടങ്ങുകളുമുണ്ട്. കിടങ്ങ് കടന്ന് ദേവാലയത്തിലെത്താൻ യാതൊരുവിധ സംവിധാനവുമില്ല. അതുകൊണ്ട് മനുഷ്യർക്കാർക്കും ആ ദേവാലയത്തിൽ എത്തിച്ചേരാൻ കഴിയുകയില്ല. അതിനകത്ത് ഒരു ചെറിയ പ്രാവുമാത്രം ജീവിക്കുന്നു. അതിന് ഭക്ഷണമോ ദാഹജലമോ ഒന്നും ആവശ്യമില്ല; അതിനെ ആർക്കും പിടിക്കാനും കഴിയുകയില്ല. ആ പ്രാവ് ജീവിച്ചിരിക്കുന്നിടത്തോളം കാലം ഞാനും ജീവിച്ചിരിക്കും. കാരണം, എന്റെ ഹൃദയം ആ പ്രാവിനുള്ളിൽ സൂക്ഷിക്കപ്പെട്ടിരിക്കുന്നു എന്നതു തന്നെ.”

അതുകേട്ട് പെൺകുട്ടി സങ്കടപ്പെട്ടു. തനിക്ക് അയാളുടെ ഹൃദയത്തോടുള്ള സ്നേഹം പ്രകടിപ്പിക്കാൻ ഒരവസരം കിട്ടുകയില്ലല്ലോ എന്നതാണ് സങ്കടത്തിന് കാരണം എന്ന് അവൾ അയാളോട് പറഞ്ഞു. അതുകേട്ട് കൂടുതലൊന്നും പറയാതെ അയാൾ പോയി.

വീണ്ടും കുറേ ദിവസങ്ങൾ കടന്നുപോയി. അയാൾ രാവിലെ പോയാൽ സന്ധ്യകഴിഞ്ഞേ മടങ്ങിവരൂ എന്നത് ഏതാണ്ട് പതിവായി. അങ്ങനെയിരിക്കുമ്പോൾ ഒരു ദിവസം ഒരു ചെറുപ്പക്കാരൻ അപ്രതീക്ഷിതമായി അതുവഴിചെന്നു. വിജനമായ ആ പ്രദേശത്ത് സുന്ദരിയായ ഒരു ചെറുപ്പക്കാരിയെ കാണാൻ കഴിഞ്ഞത് അയാളെ അതിശയിപ്പിച്ചു.

അയാൾ അവളോട് ആ സത്യവും കണ്ടതിലുള്ള സന്തോഷവും അറിയിച്ചു. അവളും തിരികെ തന്റെ അഭിവന്ദനങ്ങൾ പകർന്നു. എവിടെനിന്ന് വരുന്നു എന്നും എന്തിനായി അതുവഴി ചെന്നുവെന്നും അവൾ തിരക്കി.

"ഞാൻ എന്തു പറയാനാ. കഷ്ടകാലം. അല്ലാതെന്താ. ഞാൻ വളരെ ദുഃഖിതനാണ്. എനിക്ക് സ്നേഹമുള്ള ആറ് സഹോദരന്മാർ ഉണ്ടായിരുന്നു. അവർ ഭാര്യമാരെ അന്വേഷിക്കാനായി പോയതാണ്. വളരെ നാളുകൾ കഴിഞ്ഞിട്ടും ഇനിയും തിരികെ വന്നിട്ടില്ല. അവർക്ക് എന്തുസംഭവിച്ചു എന്നോ അവർ എവിടെയാണെന്നോ യാതൊരു വിവരവുമില്ല. ഞാൻ അവരെ അന്വേഷിച്ച് ഇറങ്ങിയതാണ്." അത് പറഞ്ഞപ്പോൾ അയാളുടെ കണ്ണുകൾ നിറയുന്നത് അവൾ കണ്ടു.

"സ്നേഹിതാ, അങ്ങ് ദുഃഖിക്കേണ്ട. ആദ്യം ഇതാ ഈ ഭക്ഷണം കഴിക്കൂ. പിന്നീട് കുറച്ച് വിശ്രമിക്ക്. അതുകഴിഞ്ഞ് ഞാൻ താങ്കൾക്ക് സന്തോഷം നൽകുന്ന ചില കാര്യങ്ങൾ പറയാം."

അവൾ പറഞ്ഞതുപോലെ അയാൾ ചെയ്തു. വിശ്രമിച്ച് ഉണർന്നപ്പോൾ വീട്ടുടമസ്ഥനായ വൃദ്ധൻ വരേണ്ടസമയമായിരുന്നതുകൊണ്ട് അയാൾ സംശയിക്കാൻ സാധ്യതയില്ലാത്തവിധം ആ രാത്രി ഒളിഞ്ഞിരിക്കുവാൻ അയാളോട് അവൾ നിർദേശിച്ചു. അടുത്തദിവസം വൃദ്ധൻ പോയതിനുശേഷം അവൾ എല്ലാവിവരങ്ങളും അയാളോട് പറഞ്ഞു. കൂട്ടത്തിൽ, വൃദ്ധന്റെ ഹൃദയം സൂക്ഷിക്കുന്ന പ്രാവിനെക്കുറിച്ചും. എല്ലാം കേട്ടുകഴിഞ്ഞപ്പോൾ ആ ചെറുപ്പക്കാരൻ പറഞ്ഞു:

"ഇനി എന്റെ ജോലി ആ പ്രാവിനെ തേടിപ്പോവുക എന്നതാണ്. എങ്കിൽ മാത്രമേ എനിക്ക് എന്റെ ജ്യേഷ്ഠസഹോദരന്മാരെയും നിന്റെ സഹോദരിമാരെയും രക്ഷിക്കാൻ കഴിയൂ."

"അതേ, അതുതന്നെയാണ് ശരി. അങ്ങ് പുറപ്പെട്ടാലും എല്ലാം നല്ലതുപോലെ വരട്ടെ."

അവൾ കുറേ ഭക്ഷണസാധനങ്ങൾ ഒരു കുടയിൽ ഒരുക്കി അയാൾക്ക് കൊടുത്തു.

"ഇത് വഴിയിൽ ഉപകരിക്കും."

അയാൾ വൃദ്ധൻ പറഞ്ഞ ദേവാലയംതേടി യാത്രതിരിച്ചു.

അന്നത്തെ പകലും രാത്രിയും കഴിഞ്ഞപ്പോൾ അയാൾ വിചാരിച്ചു. കുറച്ച് ഭക്ഷണമെന്തെങ്കിലും കഴിക്കാതെ മുന്നോട്ട് പോകാൻ കഴിയുകയില്ലല്ലൊ എന്ന്. ഒരു മരച്ചുവട്ടിലിരുന്ന് അവൾ നൽകിയ കുടയിലെ ഭക്ഷണപ്പൊതികൾ അയാൾ തുറന്നുനോക്കി. വിഭവങ്ങൾ കണ്ട്, അയാൾ സ്വയം (എങ്കിലും അൽപം ഉച്ചത്തിൽതന്നെ) പറഞ്ഞു:

“ഹൊ, എന്തുനല്ല ഭക്ഷണം. എന്റെ കൂടെ ഈ ഭക്ഷണം കഴിക്കാൻ ആരെങ്കിലും സുഹൃത്തുക്കളുണ്ടായിരുന്നെങ്കിൽ എത്രനന്നായിരുന്നിരിക്കും.”

അയാൾ അങ്ങനെ പറഞ്ഞുകഴിഞ്ഞയുടനെ മറുപടിയെന്നോണം,

‘മൂ....മൂ...മൂ....’ എന്നൊരു ശബ്ദം കേട്ടു. തിരിഞ്ഞുനോക്കിയപ്പോൾ കണ്ടത് ഒരു ചുവന്ന ചെന്നായയെയാണ്. ചെന്നായ അയാളോട് ചോദിച്ചു:

“താങ്കൾ ഭക്ഷണം പങ്കിടുവാൻ ക്ഷണിച്ചില്ലേ. ഞാനിതാ തയ്യാർ. എനിക്കും നല്ല വിശപ്പുണ്ട്.”

“നല്ലത്. ഉള്ളത് നമുക്ക് പങ്കിട്ട് കഴിക്കാം.”

അവർ രണ്ടുപേരും ഭക്ഷണപ്പൊതിയിൽനിന്ന് വേണ്ടത്ര ഭക്ഷണം എടുത്ത് കഴിച്ചു. മീതിയുണ്ടായിരുന്നത് ഭദ്രമായിപ്പൊതിഞ്ഞ് സഞ്ചിയിൽ തിരികെ വച്ചു.

അതിനുശേഷം ചെന്നായ അയാളോട് പറഞ്ഞു. ‘താങ്കൾക്ക് എന്തെങ്കിലും കാരണവശാൽ എന്റെ സഹായം ആവശ്യമെന്ന് തോന്നിയാൽ ‘ചെന്നായ്’ എന്നൊന്ന് വിളിച്ചാൽ മതി. ആ നിമിഷം ഞാനങ്ങയുടെ അടുത്തെത്തിയിരിക്കും.” അത്രയും പറഞ്ഞിട്ട് ചെന്നായ പോയി.

അയാൾ വീണ്ടും യാത്ര തുടർന്നു. ഉച്ചയായപ്പോൾ വീണ്ടും വിശപ്പ തോന്നിയപ്പോൾ അയാൾ തണലുള്ള ഒരു സ്ഥലം നോക്കി ഇരുന്നു. ഭക്ഷണസഞ്ചി തുറന്ന് ബാക്കി ഭക്ഷണം എത്രയുണ്ടെന്ന് നോക്കിയിട്ട് അയാൾ പറഞ്ഞു:

“ഓ, ഇനിയും ധാരാളം ഭക്ഷണം ഉണ്ടല്ലോ. ആരെങ്കിലും കൂട്ടിനുണ്ടായിരുന്നെങ്കിൽ ഭക്ഷണം കഴിക്കാൻ കൂടുതൽ സന്തോഷം തോന്നുമായിരുന്നു....” പ്രതികരിച്ചത് ‘ഉംഫ്....ഉംഫ്’ എന്ന ശബ്ദത്തോടുകൂടി അവിടെ ചെന്ന പന്നിയായിരുന്നു. അയാൾ പന്നിയോടൊപ്പം ഭക്ഷണം പങ്കിട്ട് കഴിച്ചു. മീതിയുണ്ടായിരുന്നത് സഞ്ചിയിൽ സൂക്ഷിച്ചു. പന്നി അയാളോട് നന്ദിപറഞ്ഞ് പുറപ്പെട്ടപ്പോൾ ‘താങ്കൾക്ക് എന്റെ എന്തെങ്കിലും സഹായം എപ്പോൾ വേണമെങ്കിലും എന്റെ പേര് - പന്നി, യെന്ന് വിളിച്ചാൽ മതി. കേട്ടോ. മറക്കണ്ട. ഞാനാസമയം അങ്ങയുടെ അടുത്ത് എത്തിയിരിക്കും’ എന്ന് പറയാൻ മറന്നില്ല.

അയാൾ വീണ്ടും യാത്ര തുടർന്നു. വളരെ ദൂരം പിന്നീടും നടന്നു. ഏതാണ്ട് ഇരുട്ടിക്കഴിഞ്ഞപ്പോൾ അയാൾ അത്താഴഭക്ഷണം കഴിക്കാൻ തീർച്ചയാക്കി. പതിവുപോലെ ഭക്ഷണപ്പൊതി തുറന്നുകൊണ്ട് അയാൾ പറഞ്ഞു:

“എന്റെ പക്കൽ കുറച്ചുഭക്ഷണമേയുള്ളൂ. എങ്കിലും ആർക്കെങ്കിലും എന്റെ കൂടെ ഉള്ളത് പങ്കിട്ട് കഴിക്കാൻ താൽപര്യമുണ്ടെങ്കിൽ വരാം. ഒന്നിച്ച് ഉള്ളത് പങ്കിട്ട് കഴിക്കുന്നതാണ് എനിക്കും സന്തോഷം.” പ്രതികരിച്ചത് ഒരു കഴുകനായിരുന്നു.

“എന്നെയാണോ ഭക്ഷണത്തിന് ക്ഷണിച്ചത്. ദാ, ഇപ്പോൾ വരാം. എനിക്കും നല്ലതുപോലെ വിശക്കുന്നു.” പറന്നിറങ്ങിയ കഴുകനും അയാളും ചേർന്ന് മിച്ചമുണ്ടായിരുന്ന ഭക്ഷണം പങ്കിട്ടു കഴിച്ചു. പിന്നീട് കഴുകൻ തിരികെ പോകുന്നതിനു മുമ്പ് അയാളോട് പറഞ്ഞു:

“ചെങ്ങാതീ, എന്തെങ്കിലും സഹായം വേണമെങ്കിൽ മടിക്കണ്ടാ. കഴുകാ എന്ന് വിളിച്ചാൽ മതി എന്നെക്കൊണ്ടാകുന്ന എന്തു സഹായവും നൽകാനായി ആ നിമിഷം ഞാനങ്ങയുടെ അടുത്തുണ്ടാകും. കേട്ടോ.” അയാൾ രാത്രി അൽപം വിശ്രമിക്കാൻ തീർച്ചയാക്കി. നല്ലതുപോലെ ഉറങ്ങി. അടുത്ത പ്രഭാതത്തിൽ ഉണർന്ന അയാൾ വിചാരിച്ചു. ‘ഛെ, ആ കഴുകനോട് ദേവാലയത്തെക്കുറിച്ച് ചോദിക്കാമായിരുന്നു. തീർച്ചയായും കഴുകൻ ആ സ്ഥലം കണ്ടുകാണും.’ അയാൾ അങ്ങനെ വിചാരിച്ചുകൊണ്ട് നടന്നു. അൽപസമയം കഴിഞ്ഞതും കുറച്ചകലെയായി ഒരു പഴയ ദേവാലയം അയാളുടെ കണ്ണിൽപ്പെട്ടു. ദേവാലയത്തിനുചുറ്റും വെള്ളം നിറഞ്ഞ കിടങ്ങുകണ്ടപ്പോൾ അതുതന്നെയായിരിക്കും താൻ തേടുന്ന ദേവാലയം എന്ന് അയാൾ വിചാരിച്ചു. കുറച്ച് അടുത്തെത്തിയപ്പോൾ അതുതന്നെയെന്ന് ഉറപ്പായി. അയാൾ ചുറ്റും നടന്ന് പരിശോധിച്ചു. കിടങ്ങ് കടക്കാൻ ഒരു മാർഗവും കണ്ടില്ല. അപ്പോൾ അയാളോർത്തു. ‘ചെന്നായ്ക്കൾക്ക് വലിയ ദാഹമാണെന്ന് കേട്ടിട്ടുണ്ട്. ഒരുപക്ഷേ, എന്റെ സ്നേഹിതൻ ചെന്നായയ്ക്ക് എന്നെ സഹായിക്കാൻ കഴിഞ്ഞേക്കും.’ ഏതായാലും അയാൾ ചെന്നായയെ വിളിച്ചു.

അൽപം ചില നിമിഷങ്ങൾ കഴിഞ്ഞപ്പോൾ ഒരു പറ്റം ചെന്നായ്ക്കൾ കിടങ്ങിലെ വെള്ളം ആർത്തിയോടെ കുടിച്ചുതീർക്കുന്നത് അയാൾ കണ്ടു. വെള്ളം വറ്റിയ കിടങ്ങു കടന്ന് ദേവാലയത്തിന്റെ മുമ്പിൽ എത്തിയ അയാൾക്ക് അകത്ത് പ്രവേശിക്കാൻ കരിങ്കല്ലുകൊണ്ട് കെട്ടിയ മതിലും ഇരുമ്പ് ഗേറ്റും കടക്കേണ്ടതുണ്ടായിരുന്നു. അപ്പോൾ അയാളോർത്തു, എന്റെ പന്നി സ്നേഹിതന് ഇത്തരം മതിലുകൾ കുത്തിത്തുരക്കാൻ നല്ല വശമാണെന്ന് കേട്ടിട്ടുണ്ട്. ഒരു പക്ഷേ, പന്നിക്ക് എന്നെ സഹായിക്കാൻ കഴിഞ്ഞേക്കും;എന്ന്. അയാൾ പന്നിയെ വിളിച്ചു. ഉടൻതന്നെ പന്നി അവിടെയെത്തി മതിലിൽ ഒരാൾക്ക് അകത്തുകയറാൻ പാകത്തിന് ഒരു ഓട്ടയുണ്ടാക്കി. അങ്ങനെ അയാൾക്ക് നിഷ്പ്രയാസം ദേവാലയത്തിനുള്ളിൽ കയറാൻ കഴിഞ്ഞു. അതിനുള്ളിൽ ഒരു പ്രാവ് ഉയരത്തിൽ

അങ്ങോട്ടുമിങ്ങോട്ടും വട്ടമിട്ട് പറക്കുന്നുണ്ടായിരുന്നു. അതിനെ കണ്ട പ്പോൾ, അയാൾ ചിന്തിച്ചു. 'എന്റെ സ്നേഹിതൻ കഴുകന് ഈ പ്രാവിനെ പ്രയാസമില്ലാതെ പിടിക്കാൻ കഴിയുമല്ലോ' എന്ന്. പെട്ടെന്നാണ് അത് സംഭവിച്ചത്. കഴുകൻ പറന്നുവന്ന് പ്രാവിനെ തന്റെ കൊക്കിലാക്കി. പിന്നീട് കഴുകൻ അതിനെ ജീവനോടെതന്നെ അയാളുടെ കയ്യിൽ കൊടുത്തു.

അയാൾ പ്രാവിനെ ഭദ്രമായി തന്റെ കൈയിലുണ്ടായിരുന്ന സഞ്ചി യിലിട്ട് കെട്ടിയതിനുശേഷം തന്റെ മടക്കയാത്ര ആരംഭിച്ചു. രണ്ട് ദിവസത്തെ യാത്രയ്ക്കുശേഷം അയാൾ വീട്ടിൽ തിരികെയെത്തി. വൃദ്ധൻ വീട്ടിൽ തിരിച്ചുവരുന്ന സമയമായിരുന്നതുകൊണ്ട് അയാൾ വീട്ടിനുള്ളിൽ വൃദ്ധൻ കിടക്കാറുണ്ടായിരുന്ന കട്ടിലിനടിയിൽ ഒളിച്ചിരു ന്നു. കുറച്ചുസമയത്തിനുള്ളിൽ വൃദ്ധൻ തിരിച്ചെത്തി. അയാൾ കട്ടിലിൽ ഇരുന്നുകൊണ്ട് വിളിച്ചുപറഞ്ഞു:

“എടീ, പെണ്ണേ. നീ എവിടെയാ. എനിക്ക് വേഗം കുറച്ച് വെള്ളം എടുത്തുകൊണ്ടുവാ.”

അവൾ വെള്ളം കൊടുത്തു. അത് കുടിച്ചുകൊണ്ട് അയാൾ സ്വഗതം എന്നതുപോലെ പറഞ്ഞു:

“എനിക്ക് നല്ല സുഖം തോന്നുന്നില്ല. ഇനി ഞാൻ അധികനാൾ ജീവിച്ചിരിക്കുമെന്ന് തോന്നുന്നില്ല.”

“എന്താ അങ്ങനെ പറയാൻ. എന്ത് സംഭവിച്ചു?”

“എന്റെ ഹൃദയം സൂക്ഷിക്കുന്ന പക്ഷിയെ ആരോ പിടിച്ചിരിക്കുന്നു.”

അതുകേട്ടപ്പോൾ തന്റെ പ്രതിശ്രുതവരനായ ആ ചെറുപ്പക്കാരൻ തന്നെയാകും പ്രാവിനെ പിടിച്ചതെന്ന് അവൾ ഊഹിച്ചു. കട്ടിലിന ടിയിൽ ഒളിച്ചിരുന്ന അയാളും വിചാരിച്ചു, 'ഈ മനുഷ്യൻ എന്നോട് യാതൊരു തെറ്റും ചെയ്തിട്ടില്ല. എങ്കിലും, അയാൾ എന്റെ സഹോദരന്മാ രെയും അവരുടെ ഭാര്യമാരേയും മാന്ത്രികശക്തികൊണ്ട് കല്ലുകളാക്കി മാറ്റിയല്ലോ. അതുകൊണ്ട് അയാളെ ശിക്ഷിക്കുന്നതിൽ തെറ്റൊന്നുമില്ല. ശിക്ഷ മരണവുമാകാം.' അങ്ങനെ ചിന്തിച്ചുകൊണ്ട് അയാൾ പ്രാവിനെ നല്ലതുപോലെ ഞെരിച്ചമർത്തി. അപ്പോൾ ആ വൃദ്ധൻ വേദനയെടുത്ത് അലറി.

“അയ്യോ, വല്ലാത്ത വേദന. ഞാൻ ചാകാൻ പോകുന്നു. സഹിക്കാ നാകാത്ത വേദന.”

അങ്ങനെ വിളിച്ചുപറഞ്ഞ് അയാൾ ആ കട്ടിലിൽനിന്നും താഴെവീണു.

ആ ബഹളത്തിനിടയിൽ ചെറുപ്പക്കാരൻ താനറിയാതെതന്നെ കയ്യിലു ണ്ടായിരുന്ന പ്രാവിന്റെ കഴുത്തിൽ കൂടുതൽ ശക്തിയായി അമർത്തിയ തുകാരണം പ്രാവ് ചത്തുപോയി. ഒപ്പംതന്നെ ആ മാന്ത്രികനും മരിച്ചു.

അതെല്ലാം കണ്ടുനിന്ന അവൾ പറഞ്ഞു:

“ഹോ, എന്തായാലും എല്ലാം ശുഭമായി അവസാനിച്ചല്ലോ !. ഇനി ഒരു കാര്യം കൂടി ചെയ്താൽ എല്ലാം നന്നായി അവസാനിക്കും.” അവൾ ഒട്ടും സമയം കളയാതെ മാന്ത്രികൻ സാധാരണയായി അയാളുടെ മാന്ത്രിക ദണ്ഡ് സൂക്ഷിക്കാറുള്ള സ്ഥലത്തുനിന്ന് ദണ്ഡ് എടുത്തുകൊണ്ടു ചെന്ന് അതുകൊണ്ട് തന്റെ സഹോദരിമാരുടേയും സഹോദരീഭർത്താ ക്കന്മാരുടേയും ശിലകളിൽ തൊട്ടു. പ്രതീക്ഷിച്ചതുപോലെ അവരെല്ലാം പൂർവ്വസ്ഥിതിയിൽ എത്തുകയും ചെയ്തു. അത് തികച്ചും സന്തോഷകര മായ ഒരു സന്ദർഭമായിരുന്നു എന്ന് പ്രത്യേകം പറയേണ്ടതില്ലല്ലോ. മൂത്തജേഷ്ഠന്മാരും ജേഷ്ഠത്തിമാരും അവരുടെ ഇളയ സഹോദരനും സഹോദരിയും ചെയ്ത നല്ല കാര്യങ്ങളെ പുകഴ്ത്തിക്കൊണ്ട് അവർക്ക് മംഗളം ആശംസിച്ചു. പിന്നീട് അവരെല്ലാം സഹോദരന്മാരുടെ ഗ്രാമ ത്തിലെ സ്വന്തം വീട്ടിലേക്ക് യാത്രതിരിച്ചു. ഒട്ടും താമസിയാതെ തന്നെ ആർഭാടമായി ഇളയവരുടെ വിവാഹം നടത്തുകയും ചെയ്തു. പിന്നീട് വളരെക്കാലം അവരെല്ലാം സുഖമായും സന്തോഷത്തോടെയും ജീവിച്ചു.

കടൽനായ പിടിക്കുന്നവനും മത്സ്യനരനും

വടക്കൻ സ്കോട്ട്ലാൻഡിൽ പണ്ട് ജീവിച്ചിരുന്ന ഒരു കടൽനായ പിടുത്തക്കാരന്റെ കഥയാണിത്. അയാൾ കടലോരത്ത് ഒരു ചെറിയ കുടിലിലാണ് താമസിച്ചിരുന്നത്. പ്രധാനവരുമാനവും ജീവിതമാർഗവും കടൽനായ്ക്കളെ വേട്ടയാടിപ്പിടിച്ച് അതിന്റെ തുകൽ ഉരിച്ചെടുത്ത് വിറ്റുകിട്ടുന്ന പണമായിരുന്നു. കടൽ നായകൾ പലപ്പോഴും വെള്ളത്തിൽ നിന്ന് കരയിൽക്കയറി അടുത്തുള്ള പാറകളിലും മണൽപ്രദേശത്തും സൂര്യവെളിച്ചത്തിൽ വെയിൽകൊണ്ട്കിടക്കുന്ന പതിവുണ്ട്. അത്തരം സന്ദർഭങ്ങൾ നോക്കി അവയെ പുറകിൽനിന്ന് ശബ്ദമുണ്ടാക്കാതെ ഉന്നംവെച്ച് കൊല്ലുന്നത് അത്ര പ്രയാസമുള്ള ജോലിയായിരുന്നില്ല.

അങ്ങനെ കരയിൽ കയറിവരുന്ന കടൽനായ്ക്കളിൽ ചിലത് മറ്റവയേ അപേക്ഷിച്ച് കൂടുതൽ വലുപ്പമുള്ളവയായിരുന്നു. ആ നാട്ടുകാർ അത്തരം കൂടിയ വലുപ്പമുള്ളവ വാസ്തവത്തിൽ കടൽനായകളെല്ലെന്നും മറിച്ച് അവ മത്സ്യനാരികളും മത്സ്യനരന്മാരുമാണെന്ന് വിശ്വസിച്ചു. അവ കടലിൽത്തന്നെ കടൽ നായകളെ അപേക്ഷിച്ച് വളരെ വളരെ ആഴത്തിലാണ് ജീവിക്കുന്നതെന്നും അവയ്ക്ക് അവരുടേതായ പ്രത്യേക ജീവിതരീതികളുണ്ടെന്നും, പ്രത്യേകം കഴിവുകളും ശക്തികളും ഉണ്ടെന്നും വിശ്വസിച്ചിരുന്നു. പക്ഷേ, ഈ കഥയിലെ നായകനായ നായവേട്ടക്കാരൻ അത്തരം വിശ്വാസങ്ങൾക്കൊന്നും വലിയവില കൊടുക്കുന്ന ആളായിരുന്നില്ല. അതുകൊണ്ട് കൂടുതൽ വലിയ കടൽനായയെ കൊല്ലാൻ കഴിഞ്ഞാൽ അയാൾക്ക് കൂടുതൽ സന്തോഷമായിരുന്നു; അപ്പോൾ വലിയ തുകലിന് കൂടുതൽ വില കിട്ടുമല്ലോ.

അങ്ങനെയിരിക്കെ ഒരു ദിവസം ഒരു വലിയ കടൽനായയെ പിടിക്കാനുള്ള ശ്രമത്തിൽ അയാൾ തന്റെ സാമാന്യം വലിയ കത്തികൊണ്ട് അതിന്റെ പുറത്ത് കുത്തിയെങ്കിലും കുത്തുകൊണ്ട നായ കുതറിമാറി വേഗം കടലിൽ ചാടി രക്ഷപ്പെട്ടു. മാത്രമല്ല കുത്തുകൊണ്ട് കുതറിമാറുന്നതിനിടയിൽ അത് അയാളുടെ കത്തിയും കൊണ്ടുപോയി. ആ സംഭവം അയാൾക്ക് അത്ര ഇഷ്ടപ്പെട്ടില്ല. തനിക്ക് പറ്റിയ തെറ്റ്കൊണ്ടാണല്ലോ ആ നായ രക്ഷപ്പെട്ടതെന്ന വിചാരം അയാളെ ദുഃഖിതനാക്കി - ഒരുതരം അപകർഷതാബോധം. അങ്ങനെ വിഷണ്ണനായി തന്റെ കുടിലിലേക്ക് നടന്നുപോകുമ്പോൾ തനിക്കെതിരെ ഒരു കുതിരപ്പുറത്ത് നല്ല ഉയരമുള്ള ഒരു മനുഷ്യൻ വരുന്നതുകണ്ടു. ആരായിരിക്കും പതിവില്ലാതെ കടൽപ്പുറത്ത് ആ സമയത്ത് കുതിരപ്പുറത്ത് എത്തുക. - അങ്ങനെയൊന്ന് പതിവില്ലല്ലോ. അയാൾ കുതിരപ്പുറത്ത് ഇരുന്നയാളിനെ സൂക്ഷിച്ചുനോക്കിക്കൊണ്ട് അവിടത്തന്നെ നിന്നു. കുതിരസവാരിക്കാരനും അയാളുടെ അടുത്തുചെന്ന് കുതിരയെ നിർത്തി.

"നിങ്ങൾ ആരാണ്?. നിങ്ങളുടെ തൊഴിൽ എന്താണ്?'' സവാരിക്കാരൻ ചോദിച്ചു.

"ഞാൻ ഒരു കടൽനായപിടുത്തക്കാരനാണ്,''

"ഓ, അങ്ങനെയോ. എനിക്ക് ഉടനെ കുറേഅധികം കടൽനായത്തോലുകൾ ആവശ്യമുണ്ട്. മറ്റാരുതരുന്നതിനേക്കാളും കൂടുതൽ വില ഞാൻ നൽകാം.''

ആ പ്രസ്താവന അയാൾക്കിഷ്ടപ്പെട്ടു. ധാരാളം പണം കിട്ടുന്ന കാര്യമല്ലേ. എങ്ങനെ ഇഷ്ടപ്പെടാതിരിക്കും!

"ശരി. ഞാൻ തയ്യാർ''

പക്ഷേ, സവാരിക്കാരൻ ഒരു തുടർച്ചയെന്നോണം പറഞ്ഞു:

"പക്ഷേ, ഒരു നിബന്ധനയുണ്ട്. എനിയ്ക്ക് വേണ്ടത്ര തോലുകൾ ഇന്ന് സന്ധ്യക്കുമുമ്പ് തന്നിരിക്കണം. യാതൊരുവിധ ഒഴിവുകഴിവുകളും സമ്മതിക്കുകയില്ല''.

"ഓ. അത് സാധിക്കുകയില്ലല്ലോ. ഇന്നിനി ഈ തീരത്ത് കടൽനായകളൊന്നും വരുകയില്ല. നാളെയാണെങ്കിൽ എനിക്ക് സമ്മതം.'

"അതിന് ഞാനൊരുപായം പറഞ്ഞുതരാം. ഇവിടെനിന്നും കുറച്ചുദൂരെ ഏത് സമയത്തും ധാരാളം കടൽനായ്ക്കൾ കരയ്ക്കുകയറി വിശ്രമിക്കുന്ന ഒരു തീരമുണ്ട്. ഞാൻ നിങ്ങളെ അവിടെ കൊണ്ടുപോകാം. താങ്കൾ എനിക്ക് നായ്ക്കളെ പിടിച്ചു കൊന്ന്, തോലുകള് ഉരിച്ചുതന്നാൽമതി''

"എങ്കിൽ ഞാൻ തയ്യാർ."

"അപ്പോൾ ഒട്ടും വൈകിക്കേണ്ട, ദാ എന്റെ പിന്നിൽ കയറിക്കൊള്ളുക."

അയാൾ കുതിരപ്പുറത്ത് കയറിയതും സവാരിക്കാരൻ കടിഞ്ഞാൺ ചലിപ്പിച്ചതും ഏതാണ്ട് ഒന്നിച്ചായിരുന്നു. കുതിര അതിവേഗത്തിൽ കുതിച്ച് ഓടാൻ തുടങ്ങി. വളരെ ദൂരം കുറഞ്ഞസമയത്തിൽ യാത്രചെയ്ത് സമുദ്രത്തിന്റെ ഓരത്തായി ഒരു കുന്നിൻപുറത്ത് അവർ എത്തി. സവാരിക്കാരൻ ധൃതിയിൽ കടിഞ്ഞാൺ വലിച്ച് കുതിരയെ നിർത്തുകയും അയാളോട് അൽപം പരുഷസ്വരത്തിൽ 'ഇവിടെ ഇറങ്ങ്' എന്ന് പറഞ്ഞതും ഏതാണ്ട് ഒരുമിച്ചായിരുന്നു.

കുതിരപ്പുറത്തുനിന്നിറങ്ങി അയാൾ ചുറ്റും കണ്ണോടിച്ചു നോക്കി. താൻ ഇറങ്ങിയിരിക്കുന്നത് സമുദ്രത്തിനടുത്ത് കുത്തനെ നിൽക്കുന്ന ഒരു പാറയുടെ മുകളിലാണെന്നും അവിടെ അടുത്തെങ്ങും കടൽനായകൾ ഇല്ലെന്നും അയാൾക്ക് മനസിലായി. താൻ വല്ല കെണിയിലും അകപ്പെട്ടുപോയതാണോയെന്ന് അയാൾ ഭയപ്പെട്ടു. അൽപം പരിഭ്രമത്തോടെ അയാൾ ചോദിച്ചു:

"ഇവിടെ കടൽനായകളെ ഒന്നിനെയും കാണുന്നില്ലല്ലോ?"

"അതൊക്കെ ഞാനിപ്പോൾ കാണിച്ചുതരാം." അത്രയും പറഞ്ഞുകൊണ്ട് സവാരിക്കാരൻ അയാളുടെ തോളിൽ പിടിച്ചതും രണ്ടുപേരും ഒന്നിച്ച് കുത്തനെയുള്ള കടലിലേയ്ക്ക് വീണതും നിമിഷങ്ങൾക്കുള്ളിലായിരുന്നു - വെള്ളത്തിൽ വീണ അവർ രണ്ടുപേരും കടലിലേ വെള്ളത്തിലേക്ക്, കൂടുതൽ കൂടുതൽ ആഴത്തിലേക്ക് പോകുന്നതായി അയാൾക്ക് മനസ്സിലായി. താഴേയ്ക്ക് പോയി ചെന്നെത്തിയത് ഇളംചുവപ്പുനിറത്തിലുള്ള പവിഴപ്പാറകളുടെ നടുക്ക് ഒരു കൂറ്റൻ കതകിന് മുമ്പിലായിരുന്നു. അവർ അവിടെ എത്തിയതും കതക് തനിയേ തുറന്നു. അവർ അതിനുള്ളിൽ പ്രവേശിച്ചു. ഇത് പറയുമ്പോൾ മറ്റൊരു കാര്യം കൂടി പറയണമല്ലോ. വെള്ളത്തിനടിയിലായുരുന്നുവെങ്കിലും അയാൾക്ക് ശ്വാസം വലിക്കാൻ യാതൊരു ബുദ്ധിമുട്ടുമുണ്ടായില്ല. - മറ്റൊരുതരത്തിൽ പറഞ്ഞാൽ ശ്വാസംവലിക്കേണ്ട ആവശ്യമേ തോന്നിയില്ല. അവർ പ്രവേശിച്ച വിശാലമായ മുറിയുടെ ഭിത്തികൾ പവിഴംകൊണ്ട് അലങ്കരിച്ചിരുന്നു. തറ മിനുസമുള്ളതും എന്നാൽ ദൃഢമായ ഇളം മഞ്ഞനിറത്തിലുള്ള കടൽ മണൽ കൊണ്ടുള്ളതായിരുന്നു. മുറിക്കുള്ളിൽ മറ്റനവധിപേർ ഉണ്ടായിരുന്നുവെങ്കിലും ആരും മനുഷ്യരല്ലായിരുന്നു - എല്ലാവരും കടൽ നായ്ക്കളായിരുന്നു. തന്നെ അവിടെ കൂട്ടിക്കൊണ്ട്ചെന്ന ആളിനോട്

ഇതെവിടമാണ്, എന്തിനിവിടെ വന്നു എന്നൊക്കെ ചോദിക്കാമെന്നു വിചാരിച്ച് തിരിഞ്ഞുനോക്കിയപ്പോൾ അയാളും (തന്റെ കൂടെയുണ്ടായിരുന്ന സവാരിക്കാരനും) ഒരു കടൽനായയായി മാറിക്കഴിഞ്ഞിരുന്നു. താൻ വഞ്ചിക്കപ്പെട്ടിരിക്കുന്നു എന്ന ഭയത്തോടുകൂടി ചുറ്റിനും നോക്കിയ അയാൾക്ക് കണ്ണാടിയിലെന്നതുപോലെ പ്രതിച്ഛായ കാണാൻ കഴിഞ്ഞ ആ മുറിയുടെ ഭിത്തികളിൽ സ്വന്തം രൂപം കാണാൻ കഴിഞ്ഞു. അയാൾ ആകപ്പാടെ തികഞ്ഞ പരിഭ്രമത്തിലായിരുന്നു. - താനും ഒരു കടൽനായയായി മാറിക്കഴിഞ്ഞിരുന്നു എന്ന സത്യം അയാൾക്ക് മനസ്സിലായി. തികഞ്ഞ ഭയത്തോടും ആകാംക്ഷയോടും അയാൾ തിരക്കി:

"എന്താണിത്?, ഈ സ്ഥലം ഏതാ? നിങ്ങൾ എന്നെ എന്തിനിവിടെ കൊണ്ടുവന്നു?. എനിക്കൊന്നും മനസ്സിലാകുന്നില്ല." കടൽനായയായി മാറിക്കഴിഞ്ഞിരുന്ന സവാരിക്കാരനാണ് മറുപടി പറഞ്ഞത്.

"ഒരൽപം ക്ഷമിക്കു. എല്ലാം മനസ്സിലാക്കിത്തരാം." അതു പറഞ്ഞിട്ട് അയാൾ മറ്റൊരു മുറിയിലേക്ക് കയറിപ്പോയി. അയാളുടെ ചുറ്റും മറ്റ്കടൽനായകളും ഉണ്ടായിരുന്നുവെങ്കിലും ആദ്യമാദ്യം ആരും അയാളെ ശ്രദ്ധിച്ചതായി തോന്നിയില്ല. എല്ലാവരും ഏതോ വലിയ ദുഃഖത്തിലായിരുന്നുവെന്ന് അയാൾക്കുതോന്നി. ചിലരൊക്കെ കരയുകയായിരുന്നില്ലേ എന്നും അയാൾ സംശയിച്ചു. പക്ഷേ, സമയം ചെല്ലുന്തോറും അവരിൽ ചിലരെങ്കിലും തന്നെ ശ്രദ്ധിക്കാൻ തുടങ്ങിയെന്ന് അയാൾക്കു മനസ്സിലായി. ചിലർ അടുത്തുചെന്ന് അവരുടെ മൂക്ക് അയാളുടെ ദേഹത്ത് ഉരുമ്മി അവരുടെ സൗഹൃദം പ്രകടിപ്പിച്ചു. അൽപസമയം കഴിഞ്ഞ് നായയായി മാറിയ സവാരിക്കാരൻ തിരികെ ചെന്നു. അയാളുടെ കൈയിൽ ഒരു കത്തി ഉണ്ടായിരുന്നു. അയാളുടെ മുന്നിൽചെന്ന് ആ കത്തി ഉയർത്തിപ്പിടിച്ചുകൊണ്ട് സവാരിക്കാരൻ ചോദിച്ചു:

"നിങ്ങൾക്ക് ഈ കത്തി ഓർമയുണ്ടോ?" സ്വന്തം കത്തി കണ്ടാൽ ആർക്കാണ് ഓർമ വരാത്തത്! അന്ന് കാലത്തും ഒരു കടൽനായയെ കുത്തിമുറിവേൽപ്പിച്ചത് ആ കത്തികൊണ്ട് തന്നെയായിരുന്നല്ലോ എന്ന് അയാൾ ഓർത്തു. അവർ ആ കത്തികൊണ്ടുതന്നെ പകരം ചോദിക്കാൻ, തന്നെ കൊല്ലാൻ പോവുകയാണെന്ന് അയാൾ വിചാരിച്ചു. സവാരിക്കാരൻ അയാളെ പിടിച്ചുകൊണ്ട് അടുത്ത മുറിയിലേക്ക് പോയി. അവിടെ ഒരു കടൽനായ അവശനായി കിടപ്പുണ്ടായിരുന്നു. അവശനായ ആ നായയെ ചൂണ്ടിക്കാണിച്ചുകൊണ്ട് സവാരിക്കാരൻ പറഞ്ഞു:

"ഈ കിടക്കുന്നത് എന്റെ അച്ഛനാണ്. ഇദ്ദേഹത്തെയാണ് നിങ്ങൾ ഇന്നു രാവിലെ കുത്തി മുറിവേൽപ്പിച്ചത്. ഇദ്ദേഹം ഒരു കടൽ നായയല്ല;

ഒരു മത്സ്യനരനാണ്. ഇവിടെയുള്ള ഞങ്ങളെല്ലാവരും മത്സ്യ നാരിമാരോ മത്സ്യനരന്മാരോ ആണ്. ഞങ്ങൾക്കും നിങ്ങളെപ്പോലെ സംസാരിക്കാനും ആശയവിനിമയം ചെയ്യാനും മനുഷ്യഭാഷ പഠിക്കാനും കഴിയും. നിങ്ങളുടെ ന്യായപ്രകാരം ഞാനിപ്പോൾ നിങ്ങളെ കൊന്നാൽ അത് ഒരു വലിയ തെറ്റാവില്ല. അല്ലേ?. പക്ഷേ, എനിക്ക് നിങ്ങളുടെ ജീവൻ എടുത്തതുകൊണ്ട് ഒരു പ്രയോജനവുമില്ല. അതുകൊണ്ട് ഞാൻ പറയുന്നതുപോലെ പ്രവർത്തിച്ചാൽ നിങ്ങളെ വിട്ടയക്കാം. എന്തു പറയുന്നു.?"

തികച്ചും ഭയന്നുപോയ അയാൾ പറഞ്ഞു:

"പറയൂ, ഞാൻ എന്താണ് ചെയ്യേണ്ടത്. നിങ്ങൾ പറയുന്ന എന്തും ചെയ്യാൻ ഞാൻ തയ്യാറാണ്."

"നിങ്ങൾ ഇദ്ദേഹത്തിന്റെ മുറിവ് കഴുകി വേണ്ടവിധത്തിൽ കെട്ടണം. അങ്ങനെ ചെയ്താൽ നിങ്ങൾക്ക് ഞങ്ങളുടെ ആരാധ്യനായ എന്റെ അച്ഛനെ രക്ഷിക്കാൻ കഴിയും."

"ഞാൻ തയ്യാറാണ്. പക്ഷേ, എനിക്ക് മുറിവ് കെട്ടാനും വേണ്ട ചികിത്സ നൽകാനും വേണ്ടത്ര അളവിൽ അറിവോ പരിചയമോ ഇല്ല."

"അത് പ്രശ്നമല്ല. താങ്കളാൽ കഴിയുന്ന രീതിയിൽ മുറിവ് ശുദ്ധംചെയ്ത് കെട്ടുക. വേണ്ട തുണിയും മറ്റ് സാമഗ്രികളും ഇതാ ഈ പെട്ടിയിലുണ്ട്."

അയാൾ മുറിവേറ്റയാളിന്റെ മുറിവുകൾ ശുദ്ധം ചെയ്ത് ഉണ്ടായിരുന്ന മരുന്നുകൾ പുരട്ടി കെട്ടി. പിന്നീട് സംഭവിച്ചത് ഒരതിശയം തന്നെയായിരുന്നു. മുറിവുകെട്ടി നിമിഷങ്ങൾ കഴിഞ്ഞപ്പോഴേക്കും കെട്ട് തനിയെ കഴൽന്നു വീണു; എന്നുമാത്രമല്ല, മുറിവ് പൂർണമായും ഉണങ്ങിക്കഴിഞ്ഞിരുന്നു, മുറിപ്പെട്ട കടൽനായ (മത്സ്യനരൻ) പൂർണസുഖം പ്രാപിക്കുകയും ചെയ്തു - മുറിവിന്റെ പാടുകൾ പോലും ഇല്ലായിരുന്നു. അയാൾ ആ മത്സ്യനരനോട് നന്ദി പറഞ്ഞു.

"മാപ്പാക്കണം. ഞാൻ താങ്കളെ ഒരു സാധാരണ കടൽനായ എന്ന് കരുതിയാണ് ആക്രമിച്ചത്. അത് എന്റെ തൊഴിലാണ് - എന്റെ ആഹാര മാർഗമാണ് -. എന്നോട് പൊറുക്കണം."

ആ മത്സ്യനരനും മറ്റു കൂട്ടുകാരും അയാളുടെ ചുറ്റും കൂടിനിന്ന് അവരുടെ മിനുസമുള്ള മൂക്കുകൾ കൊണ്ട് തൊട്ടുരുമ്മി അവരുടെ സന്തോഷവും നന്ദിയും അറിയിച്ചു. ആ സമയത്ത് സവാരിക്കാരനായി എത്തിയ മത്സ്യനരൻ അവിടെച്ചെന്ന് അയാളോട് പറഞ്ഞു:

"താങ്കൾ ചെയ്തുതന്ന ഉപകാരത്തിന് വളരെ നന്ദി. അങ്ങേയ്ക്കുമാത്രമേ ഞങ്ങളെ ഈവിധം സഹായിക്കാൻ കഴിയുമായിരുന്നുള്ളൂ. കാരണം, ഞങ്ങളുടെ കാഴ്ചപ്പാടിൽ പരുക്ക് ഏൽപ്പിച്ചയാൾ അതിനുവേണ്ട

പ്രതിവിധികൾ ചെയ്താൽ മാത്രമേ പരുക്കേറ്റവർ സുഖം പ്രാപിക്കൂ. അതുകൊണ്ട് എന്റെ അച്ഛനെ രക്ഷിക്കാൻ നിങ്ങളെ ഇവിടെ കൊണ്ടു വരേണ്ടത് ഞങ്ങളുടെ ആവശ്യമായിരുന്നു."

"ഏതായാലും അദ്ദേഹത്തിന് സുഖമായല്ലോ. സന്തോഷം."

"ഇനി താങ്കൾ ഒരു കാര്യംകൂടി ചെയ്താൽ ഇവിടെ നിന്നും പൂർണസ്വതന്ത്രനായി അങ്ങേയ്ക്ക് വീട്ടിലേക്ക് മടങ്ങാം."

"ഞാനെന്താണ് ചെയ്യേണ്ടത്?"

"ഇനിമേലിൽ അങ്ങ് കടൽനായ്ക്കളെ ഉപദ്രവിക്കുകയില്ലെന്നും അവയുടെ തുകൽവിറ്റ് പണമുണ്ടാക്കുന്ന തൊഴിൽ ഉപേക്ഷിക്കുമെന്നും ഞങ്ങൾക്ക് സത്യം ചെയ്തു തരണം."

തന്റെ ഉപജീവനമാർഗം നഷ്ടപ്പെടുമല്ലോ എന്ന ഭയം മനസ്സിലുണ്ടായിരുന്നു എങ്കിലും ജീവനേക്കാൾ വലുതല്ലല്ലോ ഉപജീവനമാർഗം എന്ന് അയാൾ ചിന്തിച്ചു. അയാൾ പറഞ്ഞു:

"അങ്ങനെയാകട്ടെ. എനിക്ക് സമ്മതം."

പിന്നീട് തന്റെ ചിറകുകൾപോലെയായിരുന്ന കൈകൾ കൂട്ടിപ്പിടിച്ച് അയാൾ അവരുടെയെല്ലാം മുന്നിൽ അവരാവശ്യപ്പെട്ടതുപോലെ സത്യം ചെയ്തു. അതുകേട്ട് അയാളെ ചുറ്റി നിന്നിരുന്ന മത്സ്യനരന്മാരും നാരിമാരും (കാഴ്ചയ്ക്ക് അവരെല്ലാം കടൽനായകൾ പോലെതന്നെ ആയിരുന്നല്ലോ) പലവിധത്തിൽ അവരുടെ സന്തോഷം പ്രകടിപ്പിച്ചു. അപ്പോൾ സവാരിക്കാരൻ അയാളോടായി പറഞ്ഞു.

"ഞങ്ങളെല്ലാം ഇപ്പോൾ തികഞ്ഞ സന്തോഷത്തിലാണ്. അതുകൊണ്ടുതന്നെ അങ്ങും മോചിതനായിരിക്കുന്നു. ഇനി അങ്ങേയ്ക്ക് അങ്ങയുടെ സ്വന്തം വീട്ടിലേക്ക് തിരികെ പോകാം." അതുകേട്ട് സന്തോഷഭരിതനായിനിന്ന അയാളുടെ തോളിൽ സവാരിക്കാരൻ കൈവെച്ചതും അവർ രണ്ടുപേരും ആ മുറിയിൽനിന്ന്, പവിഴനിർമിതമായ കതകിനു പുറത്തെത്തി. മുകളിലേക്ക് - പച്ചനിറത്തിൽ കാണപ്പെട്ട - വെള്ളത്തിൽക്കൂടി മേലോട്ട്, മേലോട്ട് വീണ്ടും വീണ്ടും മേലോട്ട് യാത്രചെയ്ത് സമുദ്രത്തിലെ ജലപ്പരപ്പിനുമുകളിൽ എത്തി; ഒരേ ഒരു കുതിപ്പിന് കുത്തനെയുള്ള ആ മലമുകളിലും. അവരെ അവിടെയെത്തിച്ച കറുത്ത കുതിര അവിടെത്തന്നെയുണ്ടായിരുന്നു. സവാരിക്കാരൻ അയാളോട് പറഞ്ഞു:

"കുതിരപ്പുറത്ത് കയറിക്കൊള്ളുക. ഞാൻ താങ്കളെ അങ്ങയുടെ വീട്ടിൽ എത്തിക്കാം."

അയാൾ കുതിരപ്പുറത്തുകയറി. ശ്രദ്ധയോടെ ഇരുന്നു. കുതിര അതിശീഘ്രം ഓടാൻ തുടങ്ങി. കുറച്ചുസമയത്തിനുള്ളിൽ കുതിര അയാളുടെ

കുടിലിനുമുമ്പിൽ എത്തി. മാത്രമല്ല, അവർ രണ്ടുപേരും അവരുടെ കടൽനായ ആകാരത്തിൽനിന്ന് മാറി കാലത്ത് യാത്രചെയ്തപ്പോൾ എങ്ങനെയായിരുന്നുവോ ആ സ്ഥിതിയിലേക്ക് തിരിച്ചെത്തി - അയാൾ തന്റെ സ്വതസിദ്ധമായ മനുഷ്യരൂപത്തിലും മറ്റയാൾ കാലത്ത് സ്വീകരിച്ചിരുന്ന സവാരിക്കാരന്റെ രൂപത്തിലും. കുടിലിന്റെ മുമ്പിൽ രണ്ടുപേരും കുതിരപ്പുറത്തുനിന്ന് ഇറങ്ങി. അയാൾ സവാരിക്കാരനോട് പറഞ്ഞു:

“വാസ്തവത്തിൽ ഞാൻ ഇതുവരെ വളരെയധികം ഭയത്തിലായിരുന്നു. എന്നെ സ്വതന്ത്രനാക്കി ഇവിട തിരിച്ചെത്തിച്ചതിന് വളരെയധികം നന്ദിയുണ്ട്. ഇനി ഞാൻ പോകട്ടെ.”

“അതെ, അങ്ങ് നൽകിയ എല്ലാ സഹകരണത്തിനും ഞങ്ങൾക്ക് അങ്ങയോട് നന്ദിയുണ്ട്. ഞങ്ങൾ ആഗ്രഹിച്ചതുപോലെ അങ്ങ് എല്ലാം ചെയ്തു. പക്ഷേ, അങ്ങയ്ക്ക് അങ്ങയുടെ ജീവിതമാർഗം നഷ്ടപ്പെട്ടിരിക്കുന്നു. അതുകൊണ്ട്....'' അത്രയും പറഞ്ഞ് സവാരിക്കാരൻ കുതിരപ്പുറത്തുണ്ടായിരുന്ന ഭാണ്ഡത്തിൽനിന്ന് ഒരു സഞ്ചി വലിച്ചെടുത്ത് അയാളുടെ കയ്യിൽ കൊടുത്തുകൊണ്ട് പറഞ്ഞു: “ഇത് ഞങ്ങളുടെ ഒരു ചെറിയ പ്രത്യുപകാരമാണ്. സന്തോഷത്തോടെ സ്വീകരിച്ചുകൊള്ളുക. അങ്ങയ്ക്ക് ഇനിയുള്ളകാലം ജീവിക്കാൻ വേണ്ടി കടൽനായതുകലുകൾ വിൽക്കേണ്ടിവരികയില്ല. ഇനി ഞാനും പോകട്ടെ.'' സവാരിക്കാരൻ വേഗം തന്നെ കുതിരപ്പുറത്തുകയറി അവിടെനിന്ന് അപ്രത്യക്ഷനാവുകയും ചെയ്തു. അയാൾ സഞ്ചിയുമായി കുടിലിനകത്തുകയറി. സഞ്ചി തുറന്നു നോക്കി. അയാളെ തികച്ചും അദ്ഭുതപ്പെടുത്തിയ ഒരു കാഴ്ചയായിരുന്നു അത്. സഞ്ചിനിറയെ സ്വർണനാണയങ്ങൾ. ബാക്കി ജീവിതകാലം മുഴുവനും; അല്ല, തനിക്കും തന്റെ വരുംകാല തലമുറകൾക്കും സുഖമായി ധനികരായി ജീവിക്കാൻ വേണ്ടത്ര സ്വർണ നാണയങ്ങൾ ആ സഞ്ചിയിലുണ്ടായിരുന്നു.

ആകാശത്തിന്റെ പുത്രി

പണ്ട് സ്കോട്ട്ലാൻഡിൽ താമസിച്ചിരുന്ന, സമ്പന്നനായ ധാരാളം കൃഷിസ്ഥലങ്ങളും പശുക്കളും മറ്റും സ്വന്തമായി ഉണ്ടായിരുന്ന ഒരു കർഷകന്റെയും അയാളുടെ ഇളയമകളുടേയും കഥയാണ് ഇത്. കർഷകന് മൂന്ന് പെൺമക്കളുണ്ടായിരുന്നു. മൂന്നുപേരും വിവാഹപ്രായ ത്തിലുള്ള സുന്ദരികളുമായിരുന്നു.

ഒരുദിവസം കർഷകൻ ചിലജോലികൾക്കായി കുറച്ചുദൂരെയുള്ള ഒരു സ്ഥലംവരെ പോയി. തിരികെ ചെന്നപ്പോൾ അവളുടെ മക്കളേയും കന്നുകാലികളേയുമൊന്നും അവിടെയെങ്ങും കണ്ടില്ല. അവരെവിടെ എങ്ങനെ അപ്രത്യക്ഷരായി എന്ന് തിരയുന്നതിനിടയിൽ ഒരു നായ അവിടെ ചുറ്റിപ്പറ്റി നടന്നത് അയാൾ കണ്ടു. നായ അയാളുടെ അടുക്കൽ ചെന്ന് പറഞ്ഞു:

"താങ്കൾ തേടുന്നത് മക്കളേയും കന്നുകാലികളേയുമാണ്; അല്ലേ?. അവരെവിടെയുണ്ടെന്ന് ഞാൻ കാണിച്ചുതരാം; അല്ല അവരെ അങ്ങയുടെ മുന്നിൽ കൊണ്ടുവന്ന് നിർത്താം. പക്ഷേ, ഞാൻ ചോദി ക്കുന്ന സമ്മാനം എനിക്ക് തരാൻ അങ്ങ് തയ്യാറാകണം."

"എടാ, നായേ. പറഞ്ഞുതുലയ്ക്ക്. നിനക്ക് എന്താ വേണ്ടത്? എന്റെ കയ്യിലുള്ള എന്തും തരാൻ ഞാൻ തയ്യാറാണ്."

"ഓ, അങ്ങനെയോ. എങ്കിൽ എനിക്ക് അങ്ങയുടെ മൂന്ന് പുത്രിമാരിൽ ഒരാളെ വിവാഹം കഴിച്ചുതരണം. എന്താ സമ്മതമല്ലേ?"

"ശരി. സമ്മതം. പക്ഷേ, എന്റെ പുത്രിമാർ നിന്നെ വിവാഹം കഴിക്കാൻ സമ്മതിച്ചാൽ മാത്രം."

“ഓ, സമ്മതം. ഇനി താങ്കൾ എന്റെ കൂടെ വരൂ..”

നായ നടന്നുകയറിയത് കർഷകന്റെ ഗ്രഹത്തിൽതന്നെയായിരുന്നു.

“നോക്കൂ. ഇത് അങ്ങയുടെ വീടുതന്നെയല്ലേ?. അങ്ങയുടെ മക്കളും കന്നുകാലികളുമെല്ലാം. ഇവിടെത്തന്നെ ഉണ്ടല്ലോ. എല്ലാം ശരിയായെങ്കിൽ എനിക്ക് എന്റെ പ്രതിഫലം...”

“ശരി, ശരി.”

കർഷകൻ അയാളുടെ മൂത്തമകളെ അടുത്തുവിളിച്ച് വിവരങ്ങളെല്ലാം പറഞ്ഞു. അയാൾ മകളോട് ചോദിച്ചു:

“മോളേ, നിനക്ക് ഈ നായയെ വിവാഹം കഴിക്കാൻ സമ്മതമാണോ?

“ഇല്ലേ ഇല്ല. യാതൊരു കാരണശാലും ഞാനീ ജന്തുവിനെ വിവാഹം കഴിക്കുകയില്ല.”

പിന്നീട് കർഷകൻ തന്റെ രണ്ടാമത്തെ മകളെ വിളിച്ചു. അവളുടെ മറുപടിയും അധികം വ്യത്യസ്ഥമായിരുന്നില്ല.

“അച്ഛാ, ഞാനിയാളെ വിവാഹം കഴിക്കാനൊരുക്കമല്ല. പക്ഷേ, നമ്മുടെ കന്നുകാലികളും കൃഷിസ്ഥലങ്ങളും നഷ്ടപ്പെടാതിരിക്കാൻ അച്ഛൻ മറ്റെന്തെങ്കിലും ഒരു വഴി കണ്ടുപിടിക്കണം.” അത്രയും പറഞ്ഞിട്ട് അവളും പോയി.

പിന്നീട് ഇളയമകളുടെ ഊഴമായിരുന്നു. അവൾ അച്ഛന്റെ ചോദ്യം കേട്ടതിനുശേഷം ചില നിമിഷങ്ങൾ ആലോചിച്ചു നിന്നു. പിന്നീട് പറഞ്ഞു:

“നമ്മുടെ കുടുംബത്തിന്റെ സന്തോഷത്തിനും സുരക്ഷയ്ക്കും വേണ്ടിയല്ലേ ഈ ആവശ്യം. എനിക്ക് സമ്മതമാണ്.”

അങ്ങനെ കർഷകൻ തന്റെ ഇളയമകളെ ആ നായയ്ക്ക് വിവാഹം കഴിച്ചുകൊടുത്തു. മൂത്ത സഹദരിമാരുടെ കുത്തുവാക്കുകളൊന്നും അവളത്ര കാര്യമാക്കിയില്ല. അന്നുതന്നെ അവൾ നായയുമൊത്ത് ഭർതൃഗ്രഹത്തിലേക്ക് യാത്രയായി. തന്റെ വീട്ടിൽനിന്ന് അൽപദൂരം പോയിക്കഴിഞ്ഞപ്പോൾ നായ ഒരു കുതിരയെ വരുത്തി രണ്ടുപേരും അതിന്റപുറത്ത് സവാരിചെയ്ത് ദൂരെ ഒരു സ്ഥലത്ത് കൊട്ടാര സദൃശ്യമായ ഒരു വീട്ടിൽ എത്തി. അവിടെ എത്തിയതും നായ സുന്ദരനായ യുവാവായി രൂപം മാറി. അവർ രണ്ടുപേരും അവിടെ സന്തോഷമായി ജീവിച്ചു. അവരെ ഇനിയങ്ങോട്ട് നമുക്ക് സുമുഖനെന്നും ആകാശത്തിന്റെ പുത്രി (ആകാശപുത്രി) എന്നും വിളിക്കാം.

അങ്ങനെ ഏതാണ്ട് ഒരു വർഷം തികയാറായപ്പോൾ ആകാശപുത്രി ഭർത്താവിനോട് പറഞ്ഞു:

"ഞാൻ വീട്ടിൽനിന്നും വന്നിട്ട് ഒരു വർഷം തികയാറായി. അച്ഛനെ ഒന്ന് കാണണമെന്ന് ഒരാഗ്രഹം. എന്താ, ഞാനൊന്ന് വീട്ടിൽവരെ പോയിവരട്ടെ?"

"പോയിട്ട്വാ. പക്ഷേ ഒന്നുരണ്ട് നിബന്ധനകൾ പാലിക്കേണ്ടതായുണ്ട്."

"എന്താ, കേൾക്കട്ടെ."

"നീ വീട്ടിൽ ചെന്നാൽ നമ്മൾ സന്തോഷമായി ജീവിക്കുന്നു എന്നതിനപ്പുറം ഇവിടെ നടന്ന മറ്റൊന്നും ആരോടും പറയാൻ പാടില്ല. അതുപോലെ നിന്റെ പ്രസവം അടുത്തിരിക്കുന്നു. തിരികെപോരാൻ കുട്ടി ജനിക്കുന്നതുവരെ കാത്തിരിക്കരുത്. അതിനു മുമ്പുതന്നെ തിരികെ വരണം. അതുപോലെ, ഇവിടെനിന്ന് നീ പോകുന്നത് നമ്മുടെ കുതിരപ്പുറത്തായിരിക്കണം."

"ഓ, ഇതെല്ലാം എനിക്ക് പൂർണസമ്മതമുള്ള കാര്യങ്ങളാണല്ലോ. എല്ലാം സമ്മതം. അപ്പോൾ ഞാൻ പോകട്ടെ."

"ങാ, മറ്റൊരുകാര്യം. നീ അവിടെ ചെന്നു കഴിഞ്ഞാൽ നമ്മുടെ കുതിരയുടെ കടിഞ്ഞാൺ അതിന്റെ ദേഹത്തുനിന്നും എടുത്തുമാറ്റണം. അത് നീ സൂക്ഷിച്ചുവയ്ക്കുകയും വേണം. തിരികെ പോരാൻ സമയത്ത് കടിഞ്ഞാൺ എടുത്ത് കുടഞ്ഞാൽ കുതിര സ്വയം നിന്റെ മുമ്പിൽ എത്തും. എന്താ,മനസ്സിലായോ."

"ഓ ശരി. അങ്ങനെതന്നെ ചെയ്യാം." അവൾ അച്ഛന്റെ വീട്ടിലേക്ക് പുറപ്പെട്ടു. അച്ഛനും മറ്റ് ബന്ധുജനങ്ങളും അവളെ സന്തോഷപൂർവ്വം സ്വീകരിച്ചുവെങ്കിലും മൂത്തസഹോദരിമാർ പരിഹസിച്ചുകൊണ്ടേയിരുന്നു. പക്ഷേ, യാതൊരു കാരണംകൊണ്ടും ഭർത്താവിന്റെ വീട്ടിൽ നടന്ന കാര്യങ്ങളൊന്നും ആകാശപുത്രി ആരോടും പറഞ്ഞില്ല.

അച്ഛന്റെ വീട്ടിലെത്തി കുറച്ചുദിവസങ്ങൾക്കുള്ളിൽ അവൾക്ക് പ്രസവസംബന്ധമായ അസ്വാസ്ഥ്യങ്ങൾ അനുഭവപ്പെട്ടു. ഭർത്താവ് നിർദ്ദേശിച്ചതനുസരിച്ച് തിരികെപോകാൻ കഴിയുന്നതിനുമുമ്പുതന്നെ അവൾ ഒരാൺകുഞ്ഞിനെ പ്രസവിച്ചു. പ്രസവം നടന്ന ദിവസം വൈകിട്ട് വീട്ടിൽ കുറേ ബന്ധുജനങ്ങളും കൃഷിസ്ഥലങ്ങൾ നോക്കുന്ന സിൽബന്ധികളും മറ്റും ഉണ്ടായിരുന്നു. ഏതാണ്ട് ഇരുട്ടായപ്പോഴേക്കും അത്താഴശാപ്പാടു കഴിഞ്ഞ് അവരെല്ലാം വെറുതെ അരട്ടയടിച്ചുകൊണ്ടിരുന്ന സമയത്ത് അവിടെയെല്ലാം അതിമനോഹരമായ ഒരു പാട്ട് കേൾക്കാനിടയായി.

പാട്ട് എവിടെനിന്ന് വന്നുവെന്ന് ആർക്കും മനസിലായില്ല. എങ്കിലും ഒരു നല്ല താരാട്ടുപാട്ടിന്റെ സുഖമുണ്ടായിരുന്ന ആ പാട്ടുകേട്ട് എല്ലാവരും സുഖനിദ്രയിലാണ്ടു. ആ സമയത്ത് ആരുമറിയാതെ സുമുഖൻ അവിടെ യെത്തി. തന്റെ മകനേയുംകൊണ്ട് സ്ഥലംവിട്ടു. കുറേസമയം കഴിഞ്ഞ് എല്ലാവരും ഉണർന്നപ്പോൾ മാത്രമാണ് കുഞ്ഞ് നഷ്ടപ്പെട്ട വിവരം അവരറിഞ്ഞത്. എത്ര ആലോചിച്ചിട്ടും കുട്ടി എങ്ങനെ അവിടെനിന്നും അപ്രത്യക്ഷമായി; ആര്, എങ്ങനെ, എങ്ങോട്ട്, എന്തിന് കുട്ടിയെ കൊണ്ടുപോയി എന്ന വിവരങ്ങൾ അറിയാൻ കഴിഞ്ഞില്ല. ആകാശപു ത്രി തന്റെ ഭർത്താവുതന്നെയായിരിക്കും കുട്ടിയെ കൊണ്ടുപോയതെന്ന് മനസിലാക്കിയെങ്കിലും ആരോടും ഒന്നും പറഞ്ഞില്ല.

അടുത്ത ദിവസംതന്നെ ആകാശപുത്രി ഭർതൃഗ്രഹത്തിലേക്ക് മടങ്ങി. തന്റെ കയ്യിലുണ്ടായിരുന്ന കടിഞ്ഞാൺ കുടഞ്ഞ ഉടനെ കുതിര അവിടെ എത്തുകയും അവൾ കുതിരപ്പുറത്ത് യാത്രചെയ്യുകയും ചെയ്തു. വീട്ടിലെ ത്തിയപ്പോൾ സുമുഖൻ ചോദിച്ചു:

“ഓ നീ വന്നോ!”

“അതേ, ഞാൻ വന്നു. നമ്മുടെ കുഞ്ഞെവിടെ?”

അതിനപ്പുറം അവർ തമ്മിൽ യാതൊരു സ്വരച്ചേർച്ചയില്ലായ്മയും ഉണ്ടായില്ല. അവർ സന്തോഷത്തോടെ മകനെ സ്നേഹിച്ചും ലാളിച്ചും ജീവിച്ചു. വീണ്ടും ഏതാണ്ട് ഒരു വർഷം കഴിഞ്ഞപ്പോൾ ആകാശപുത്രി ഭർത്താവിനോട് പറഞ്ഞു:

“എനിക്ക് വീണ്ടും അച്ഛനെ ഒന്ന് കണ്ടാൽകൊള്ളാമെന്ന് ഒരാഗ്രഹം.”

“അതിനെന്താ, നീ പോയിവന്നോ. പക്ഷേ, നീ മാത്രം പോയാൽ മതി. നമ്മുടെ മകനെ ഇപ്പോൾ കൊണ്ടുപോകേണ്ട. അതിനുള്ള സമയ മായിട്ടില്ല.”

“സമ്മതം.”

“പിന്നെ, കഴിഞ്ഞപ്രാവശ്യം നീ പോകുമ്പോൾ ഞാൻ പറഞ്ഞ കാര്യങ്ങൾ ഓർമയുണ്ടല്ലോ. ആ നിബന്ധനകളെല്ലാം അതേപോലെ പാലിക്കണം. മറക്കണ്ട.”

“അതും സമ്മതം. ഞാനെല്ലാം അതുപോലെ ചെയ്തുകൊള്ളാം.”

“നീ ഗർഭവതിയാണ്. പ്രസവത്തിനു മുമ്പ് തിരികെ പോരണം.”

“കഴിഞ്ഞപ്രാവശ്യം തെറ്റുപറ്റി. ഇത്തവണ ഞാൻ കൂടുതൽ ശ്രദ്ധി ക്കാം. എല്ലാം അങ്ങ് പറഞ്ഞതുപോലെ ചെയ്യാൻ ശ്രമിക്കാം.”

ആകാശപുത്രി അച്ഛന്റെ വീട്ടിലേക്ക് യാത്രയായി. വീട്ടിലെത്തിച്ചേർന്ന അവൾക്ക് അന്നുരാത്രി തന്നെ പ്രസവവേദന എടുക്കുകയും ഒരു ആൺ കുഞ്ഞിനെ പ്രസവിക്കുകയും ചെയ്തു. പിന്നീടെല്ലാം ആദ്യത്തെ പ്രാവശ്യം നടന്നതുപോലെ തന്നെ സംഭവിച്ചു. ആകാശപുത്രി അടുത്ത പ്രഭാത ത്തിൽത്തന്നെ ഭർതൃഗ്രഹത്തിലേക്ക് മടങ്ങുകയും ചെയ്തു. അവർ രണ്ട് മക്കളോടുമൊപ്പം സന്തോഷത്തോടെ ജീവിതം തുടർന്നു.

പക്ഷേ, വീണ്ടും ഏതാണ്ട് ഒരു വർഷം കഴിഞ്ഞപ്പോൾ ആകാശ പുത്രിക്ക് അച്ഛന്റെ ഓർമകളുണ്ടായി. അവൾ ഭർത്താവിനോട് വീണ്ടും ആഗ്രഹം പ്രകടിപ്പിച്ചു. 'അച്ഛനെ ഒന്ന് കാണാൻ കഴിഞ്ഞിരുന്നു എങ്കിൽ' എന്ന്. സുമുഖൻ യാതൊരു തടസ്സവും പറഞ്ഞില്ല. പക്ഷേ, കുട്ടികളെ കൊണ്ടുപോകണ്ട എന്നും നേരത്തെ പറഞ്ഞിരുന്ന നിബന്ധനകൾ പാലിക്കണമെന്നും ആവർത്തിച്ചു. ആ നിബന്ധനകൾ ആകാശപുത്രിയ്ക്കും സമ്മതവുമായിരുന്നു. പതിവുപോലെ പുത്രി അച്ഛന്റെ വീട്ടിൽ എത്തി. തികച്ചും അപ്രതീക്ഷിതമായി അന്നുരാത്രിതന്നെ ആകാശപുത്രി വീണ്ടും ഒരാൺകുഞ്ഞിന് ജന്മം നൽകി. പ്രസവം കഴിഞ്ഞ് മുമ്പ് സംഭവി ച്ചതുപോലെ ആ രാത്രിതന്നെ കുട്ടി അപ്രത്യക്ഷമാകുകയും ചെയ്തു.

ആ സംഭവം ആകാശപുത്രിയുടെ അച്ഛനെ വളരെയധികം കോപിഷ്ട നാക്കി. അയാൾ മകളോട് പറഞ്ഞു:

"ഇതൊക്കെ എങ്ങനെ സംഭവിക്കുന്നു. ഇതിന്റെയൊക്കെ പിന്നിൽ നിന്റെ ഭർത്താവാണെന്ന് എനിക്ക് നന്നായറിയാം. അത് മനസിലാ ക്കാൻ പ്രത്യേകിച്ച് ബുദ്ധിയൊന്നും വേണ്ട. എല്ലാം നിനക്കും നന്നായറി യാം. എനിക്ക് മനസിലാകുന്നില്ലെന്ന് വിചാരിക്കേണ്ട. എല്ലാ വിവരങ്ങളും സത്യസന്ധമായി എന്നോട് പറഞ്ഞില്ലെങ്കിൽ നിന്നെ ഞാൻ കൊന്നുക ളയും. ഒരു ദയയും പ്രതീക്ഷിക്കേണ്ട."

അച്ഛന്റെ നിർബന്ധത്തിനുമുമ്പിൽ മകൾക്ക് കീഴടങ്ങേണ്ടിവന്നു. അവൾ തന്റെ ഭർത്താവിനെക്കുറിച്ചുള്ള എല്ലാ വിവരങ്ങളും അച്ഛനോട് പറഞ്ഞു. പിന്നീട് അടുത്ത പ്രഭാതത്തിൽതന്നെ ഭർത്താവിന്റെ വീട്ടിലേക്ക് യാത്രതിരിച്ചു. പക്ഷേ, പതിവുപോലെ കടിഞ്ഞാൺ കുടഞ്ഞുനോക്കിയെ ങ്കിലും കുതിര എത്തിയില്ല. എങ്കിലും നിരാശയാകാതെ നടന്നുതന്നെപോ കാൻ അവൾ തീർച്ചയാക്കി. അങ്ങനെ അവൾ നടന്ന് വീട്ടിലെത്തിയ പ്പോൾ സുമുഖനും കുട്ടികളും അവിടെ ഇല്ലായിരുന്നു. സുമുഖന്റെ പ്രായം ചെന്ന അമ്മ മാത്രമാത്രമായിരുന്നു വീട്ടിലുണ്ടായിരുന്നത്. അമ്മ പറഞ്ഞു: "മോളെ, അവനും കുഞ്ഞുങ്ങളും ഇവിടെ ഇല്ല. ഇവിടെനിന്നും എങ്ങോട്ടാ പോയതെന്ന് എനിക്കറിയില്ല. ഇതാ ഈ വഴിയേയാ പോയത്. അൽപം വേഗം പോയാൽ ഒരു പക്ഷേ, അവരെ കണ്ടെത്താൻ കഴിഞ്ഞേക്കും"

ആകാശപുത്രി ഒട്ടും സമയംകളയാതെ കഴിയുന്നത്ര വേഗത്തിൽ അമ്മ കാണിച്ച വഴിയേ നടന്നു. ഏതാണ്ട് സന്ധ്യായാകാറായപ്പോഴേക്കും കുറച്ചുദൂരെയായി ഒരു വിളക്കിന്റെ ദീപം കണ്ടു. ആ വിളക്ക് ലക്ഷ്യംവെച്ച് പുത്രി നടന്നു; കുറച്ചു സമയത്തിനുള്ളിൽ അവിടെ എത്തി. അത് ഒരു സാമാന്യം നല്ല വീടായിരുന്നു. വീടിനുള്ളിൽ ഒരു സ്ത്രീ മാത്രമേ ഉണ്ടായിരുന്നുള്ളൂ. അവളെക്കണ്ടതും ആ സ്ത്രീ പറഞ്ഞു:

“ഓ, നീ വന്നു. അല്ലേ. നിന്നെക്കുറിച്ചും നിന്റെ വരവിന്റെ ഉദ്ദേശവും എനിക്കറിയാം. അതുകൊണ്ട് നീ പ്രത്യേകിച്ചൊന്നും പറയണ്ട. നിന്റെ ഭർത്താവും കുട്ടികളും കുറേദൂരം മുന്നോട്ട് പോയിക്കഴിഞ്ഞിരിക്കുന്നു. രാത്രിയായില്ലേ. ഇന്നിനി പോകണ്ട. ഇവിടെ ആഹാരം കഴിച്ച് കിടന്നുറങ്ങ്. രാവിലെ യാത്ര പുറപ്പെട്ടോളൂ. അപ്പോൾ നിനക്കവരെ കണ്ടെത്താനാകും.”

ആ സ്ത്രീ സ്വയം പ്രവർത്തിക്കുന്ന ഒരു കത്രിക്കോൽകൊണ്ട് വസ്ത്രങ്ങൾ മുറിച്ച് ശരിപാർത്തുകൊണ്ട് ഇരിക്കുകയായിരുന്നു. അതുകണ്ട് പുത്രി അവരോട് ചോദിച്ചു:

“താങ്കൾ എന്താ ചെയ്തുകൊണ്ടിരിക്കുന്നത്?”

“അതൊക്കെ ഞാൻ നാളെ രാവിലെ നിന്നോട് പറയാം. ഇപ്പോൾ ഭക്ഷണം കഴിച്ച് ഉറങ്ങ്. വാ, ഞാൻ ഭക്ഷണം എടുത്തുവെയ്ക്കാം.”

ആകാശപുത്രി അന്നുരാത്രി അവിടെ തങ്ങി. അടുത്ത പ്രഭാതത്തിൽ വീണ്ടും യാത്ര തുടർന്നു. യാത്ര ആരംഭിക്കുന്നതിനുമുമ്പ് ആ വീട്ടമ്മ അവളോട് പറഞ്ഞു:

“നിന്റെ ഭർത്താവിന്റെ മൂത്തസഹോദരിയാണ് ഞാനെന്ന് കരുതിക്കോ. ഞങ്ങൾ മൂന്ന് സഹോദരിമാരാണ്. ഇന്നത്തെ യാത്രയ്ക്കവസാനം നീ എന്റെ രണ്ടാമത്തെ സഹോദരിയുടെ വീട്ടിലെത്തും. മറ്റൊരു കാര്യം. നിന്റെ ഭർത്താവ് ആകാശരാജകുമാരിയെ വിവാഹം കഴിക്കാൻ നിശ്ചയിച്ചിരിക്കുകയാണ്. ഈ വിവരം നിന്റെ ഓർമയിലിരിക്കട്ടെ.”

“ഓ, അങ്ങനെയോ. “

“ഇതാ. ഇത് സ്വയംപ്രവർത്തിക്കുന്ന കത്രിക്കോലാണ്. നീ ഇത് നിന്റെ കയ്യിൽ സൂക്ഷിച്ചുവച്ചോ. നിനക്ക് ഉപകരിക്കും. ഇനി പോയിവാ. നല്ലതുവരട്ടെ.”

അങ്ങനെ ആകാശപുത്രി യാത്രതുടർന്ന് രാത്രിയായതോടെ മറ്റൊരു വീട്ടിൽ എത്തി. അവിടെ ഉണ്ടായിരുന്ന സ്ത്രീയും അവളെ സ്വീകരിച്ച് വേണ്ടസഹായങ്ങൾ ചെയ്തുകൊടുത്തു. അടുത്ത പ്രഭാതത്തിൽ യാത്ര തിരിച്ച ആകാശപുത്രിയോട് അവർ പറഞ്ഞു:

“നീ സ്വയം പ്രവർത്തിക്കുന്ന ഈ നൂൽനൂൽപ്പുയന്ത്രം നിന്റെ കയ്യിൽ സൂക്ഷിച്ചുവച്ചോ. നിനക്ക് പ്രയോജനപ്പെട്ടും. ഇന്ന് രാത്രി നീ എന്റെ ഇളയസഹോദരിയുടെ വീട്ടിലെത്തും. ഭയപ്പെടാതെ പോയ്ക്കോളൂ. നിനക്ക് നല്ലതുവരും.’

അന്ന് രാത്രിയെത്തിയ വീട്ടിലും സ്നേഹത്തോടെയുള്ള സ്വീകരണ മാണ് അവൾക്ക് കിട്ടിയത്. രാത്രി ഉറങ്ങിയതിനുശേഷം പ്രഭാതത്തിൽ അവൾ യാത്രതിരിച്ചപ്പോൾ ഇളയ സഹോദരി അവളോട് പറഞ്ഞു:

“നീ ഇന്നുരാത്രി പട്ടണത്തിൽ എത്തും. നീ അവിടെ രാജകൊട്ടാ രത്തിൽ പോകണം അവിടെ നിനക്ക് കിട്ടുന്ന സ്വീകരണം സ്നേഹ ത്തോടെആയിരിക്കണമെന്നില്ല. എങ്കിലും ഭയപ്പെടേണ്ട ആവശ്യമില്ല. ബുദ്ധിപൂർവ്വം പ്രവർത്തിച്ചാൽ എല്ലാം ശുഭമാകും. മറ്റൊന്ന് ഇതാ, ഈ സ്വംയം പ്രവർത്തിക്കുന്ന സൂചി നീ സൂക്ഷിച്ചുവച്ചോ. ഇത് നിനക്ക് പ്ര യോജനപ്പെട്ടും.”

ആകാശപുത്രി സന്ധ്യയോടടുത്ത സമയത്ത് നഗരത്തിലെ രാജ കൊട്ടാരത്തിലെത്തി. ആദ്യം കാണാൻ കഴിഞ്ഞത്, രാജാവിന്റെ പലഭാര്യമാരിൽ ഒരാളെയാണ്. ആകാശപുത്രി അവരോട് പറഞ്ഞു:

“ഞാൻ കുറേ ദൂരെനിന്ന് വരുന്നു. എനിക്ക് കുറച്ചുനേരം വിശ്രമിക്കാൻ ഇവിടെ ഏതെങ്കിലും ഒരു കോണിൽ ഇരിക്കാൻ അനുവാദം തന്നാൽ...”

“അതിനെന്താ, നീ ഇവിടെത്തന്നെയിരുന്ന് വിശ്രമിച്ചോ. ഇന്ന് ഈ പട്ടണത്തിൽ എല്ലാവരും വിശ്രമത്തിൽതന്നെയാണ്. എല്ലാവരും രാജ കുമാരിയുടെ വിവാഹത്തിന്റെ ആഘോഷത്തിലാ.”

“ഓ, അങ്ങനെയോ. നല്ലത്. എന്നാണ് വിവാഹം?”

“മൂന്ന് ദിവസം കഴിഞ്ഞ്”

“ശരി. എനിക്ക് ചെയ്യാനായി എന്തെങ്കിലും കുറച്ച് ജോലി തരാമോ?. വിശ്രമിക്കുമ്പോഴും എന്തെങ്കിലും ജോലിചെയ്തുകൊണ്ടിരിക്കണം. അതാണ് എന്റെ സ്വഭാവം.”

“എന്തുജോലിയാ നിനക്ക് ഞാൻ തരേണ്ടത്?”

“എനിക്ക് നന്നായി തുന്നാൻ കഴിയും. ഏതെങ്കിലും തുണി തന്നാൽ ഷർട്ടോ, ബ്ലൗസോ ഒക്കെ തുന്നാം. “

അവർ കൊടുത്ത തുണിയുമെടുത്ത് ആകാശപുത്രി ഒരോരമായി ഇരുന്ന് തന്റെ കയ്യിലുണ്ടായിരുന്ന സ്വയം പ്രവർത്തിക്കുന്ന കത്രി ക്കോലും, യന്ത്രവും, സൂചിയുമെല്ലാം പ്രവർത്തനക്ഷമമാക്കി. യന്ത്രങ്ങൾ അവയുടെ ജോലികൾ കൃത്യമായി ചെയ്തുകൊണ്ടിരുന്ന സമയത്ത്

രാജകുമാരിയുടെ സേവകരിൽ ഒരാൾ അത് കാണാനിടയായി. അവൾ ആ കാഴ്ചകണ്ട് അതിശയിച്ചുപോയി. പരിചാരിക ഉടൻതന്നെ താൻ കണ്ട അതിശയകരമായ ആ കാഴ്ചയെക്കുറിച്ച് രാജകുമാരിയോട് പറഞ്ഞു. തന്നത്താനെ തുണിവെട്ടുന്ന കത്രികയും, നൂലുണ്ടാക്കുന്ന യന്ത്രവും, തുന്നൽപണി ചെയ്യുന്ന സൂചിയും.

അതുകേട്ട രാജകുമാരി അവളോട് പറഞ്ഞു:

“അങ്ങനെയോ, നീ പറയുന്നത് കേട്ടിട്ട് എനിക്കും തികഞ്ഞ അതിശയം തോന്നുന്നു. നീ പോയി ആ സ്ത്രീയോട് എന്ത് പ്രതിഫലം കൊടുത്താൽ ആ അതിശയകത്രിക്കോൽ നമുക്ക് തരുമെന്ന് ചോദിച്ചറിഞ്ഞ് വാ.’’

“അങ്ങനെയാകട്ടെ.’’

പരിചാരിക രാജകുമാരിയുടെ ആവശ്യം ആകാശപുത്രിയെ അറിയിച്ചു.

“എനിക്ക് പ്രത്യേകിച്ച് ഒന്നും വേണ്ടെന്ന് രാജകുമാരിയോട് പറയുക. രാജകുമാരി ഇന്നലെ കിടന്നുറങ്ങിയ സ്ഥലത്ത്, ആ കിടക്കയിൽ ഇന്ന് ഉറങ്ങാനുള്ള സൗകര്യം എനിക്ക് ചെയ്തുതരണം. അത്രമാത്രം മതി. അങ്ങനെ ചെയ്താൽ കത്രിക്കോൽ രാജകുമാരിക്ക് സ്വന്തം.’’ ആകാശപുത്രി പറഞ്ഞു. രാജകുമാരി സമ്മതം മൂളുകയും ആകാശപുത്രി ആവശ്യപ്പെട്ടതുപോലെ തന്റെ പ്രതിശ്രുതവരനും (സുമുഖനും) മക്കളും കിടന്നുറങ്ങിയ മുറിയിൽ അടുത്തുണ്ടായിരുന്ന കിടക്കയിൽ കിടന്നുറങ്ങാൻ ആകാശപുത്രിക്ക് സൗകര്യ ചെയ്തുകൊടുക്കുകയും ചെയ്തു. പക്ഷേ, അങ്ങനെ ചെയ്യുന്നതിനു മുമ്പ് തന്റെ പ്രതിശ്രുതവരന് ഉറക്കഗുളികൾ കലർത്തിയ പാല് കൊടുത്തിരുന്നു. അതുകൊണ്ട് സുമുഖൻ ഉറങ്ങിപ്പോയിരുന്നു. പ്രഭാതമായപ്പോഴേക്കും, സുമുഖൻ ഉണരുന്നതിനുമുമ്പുതന്നെ രാജകുമാരി തിരികെച്ചെന്ന് ആകാശപുത്രിയെ മുറിയിൽനിന്ന് പുറത്താക്കുകയും ചെയ്തു.

അന്നും സന്ധ്യാനേരത്ത് രാജകുമാരി തന്റെ പരിചാരികയെ ആകാശപുത്രിയുടെ അടുത്തേക്കയച്ചു.

“നീ പോയി എന്തു പ്രതിഫലം കൊടുത്താൽ ആ സ്ത്രീ സ്വയം നൂൽ നൂൽക്കുന്ന യന്ത്രം നമുക്ക് തരുമെന്നറിഞ്ഞുവാ.’’

“അങ്ങനെയാകട്ടെ.’’

തിരികെച്ചെന്ന് പരിചാരിക പറഞ്ഞത് തലേദിവസം പറഞ്ഞതുതന്നെ. രാജകുമാരി അന്നും തലേദിവസം ചെയ്തതുപോലെ ആകാശപുത്രിക്ക് സുമുഖന്റെ മുറിയിൽ ഉറങ്ങാനുള്ള സൗകര്യം ചെയ്തുകൊടുത്തു; അടുത്ത ദിവസം പ്രഭാതത്തിൽതന്നെ മുറിയിൽനിന്ന് പറഞ്ഞയയ്ക്കുകയും

ചെയ്തു. പക്ഷേ, അന്ന് രാത്രി മറ്റൊന്നുകൂടി സംഭവിച്ചു. ഉറക്കമരുന്നിന്റെ സ്വാധീനംകൊണ്ട് സുമുഖൻ അന്നും നല്ലതുപോല ഉറങ്ങി. എങ്കിലും ആകാശപുത്രി തന്റെ സ്വന്തം ഭർത്താവിന്റെ അടുത്തിരുന്ന്, 'ഞാനാണ് നിങ്ങളുടെ യഥാർഥ ഭാര്യ; എന്നെ മറന്നുപോയോ? ഞാൻ നിങ്ങളുടെ മൂന്ന് പുത്രന്മാരുടെ അമ്മയാണ്,' എന്ന് വീണ്ടും വീണ്ടും പറഞ്ഞുകൊണ്ടേയിരുന്നു. സുമുഖൻ അതൊന്നും കേട്ടില്ലെങ്കിലും അടുത്ത ഒരു കട്ടിലിൽ കിടന്നിരുന്ന അവരുടെ മൂത്തമകൻ അതെല്ലാം കേട്ടു. അടുത്ത ദിവസം പകൽ സമയത്ത് നടക്കാൻപോയ സുമുഖനോട് മകൻ തലേരാത്രിയിൽ നടന്ന കാര്യങ്ങൾ വിശദമായി പറഞ്ഞു. അതെല്ലാം കേട്ടപ്പോൾ സുമുഖന് തന്റെ നഷ്ടപ്പെട്ട ഓർമ ഒരളവുവരെയെങ്കിലും തിരികെ കിട്ടിയെങ്കിലും ആ കാര്യം അയാൾ ആരോടും പറഞ്ഞില്ല.

അന്നേദിവസം സന്ധ്യയോടുകൂടി വീണ്ടും രാജകുമാരി തന്റെ പരിചാരികയെ ആകാശപുത്രിയുടെ അടുത്തേക്കയച്ചു; സ്വയം പ്രവർത്തിക്കുന്ന സൂചിക്കുവേണ്ടിയായിരുന്നു. മറ്റെല്ലാം തലേദിവസങ്ങളിൽ നടന്നതുപോലെ നടന്നു. എങ്കിലും അന്ന് രാത്രി ഉറങ്ങാൻ കിടന്ന സുമുഖൻ ഉറക്കഗുളികകൾ കലർത്തി തന്റെയടുക്കൽവച്ചിരുന്ന പാൽ കുടിച്ചില്ല. രാജകുമാരി കാണാതെ അത് കളയുകയും ചെയ്തു. മാത്രമല്ല ഉറക്കം നടിച്ച് കിടക്കുകയും ചെയ്തു.

ആ രാത്രി തന്റയടുത്തെത്തിയ ആകാശപുത്രി രാത്രിയിൽ പറഞ്ഞതെല്ലാം നേരിട്ട് കേട്ടപ്പോൾ സുമഖന് തന്റെ മാഞ്ഞുപോയ ഓർമകൾ പൂർണമായും തിരികെ കിട്ടി. അയാൾ ആകാശപുത്രിയോട് പറഞ്ഞു:

"എനിക്ക് എല്ലാ ഓർമകളും തിരികെ കിട്ടിയിരിക്കുന്നു. ഇത്രയും നാൾ ഏതോ ഒരു മാന്ത്രികശക്തിയുടെ പിടിയിലായിരുന്നു ഞാൻ. ഇപ്പോൾ ഞാനതിൽനിന്ന് മോചിതനായിരിക്കുന്നു. ഇനി നമുക്ക് നമ്മുടെ മൂന്ന് കുട്ടികളുമൊത്ത് സുഖമായി സന്തോഷത്തോടെ ജീവിക്കണം."

അങ്ങനെ പറഞ്ഞുകൊണ്ടിരുന്ന സമയത്ത് രാജകുമാരി അവിടെ കയറിച്ചെന്നു. കുമാരിയോട് തികച്ചും കർക്കശമായ സ്വരത്തിൽ സുമുഖൻ പറഞ്ഞു:

"നീ ആരാണ്?. ഉടനെ എന്റെ മുന്നിൽനിന്ന് പോയ്ക്കൊള്ളുക. ഇതാ, ഈ നിൽക്കുന്നവൾ എന്റെ ഭാര്യയാണ്. അതുകൊണ്ട് നീ കടന്നുപോയ്ക്കോ. വേഗം."

അതുകേട്ട് രാജകുമാരിയായി അഭിനയിച്ചിരുന്ന സ്ത്രീ ഉടൻതന്നെ അവിടെനിന്നും പോയി. സുമുഖനും ആകാശപുത്രിയും മക്കളും അവരുടെ സ്വന്തം വീട്ടിലേയ്ക്കും - അവിടെ അവർ വളരെ നാൾ സന്തോഷത്തോടെ ജീവിച്ചു.

റോബർട്ട് എന്ന ബ്രൂസ്

ഈ കഥ നിങ്ങളിൽ പലരും ഇതിനുമുമ്പുതന്നെ കേട്ടുകാണും. പക്ഷേ, ഈ കഥയ്ക്ക് മറ്റ് നാടോടിക്കഥകളിൽനിന്നും ഒരു വ്യത്യാസമുണ്ട്. ഇത് വാസ്തവികമായ ഒരു ചരിത്രസത്യം നാടോടിക്കഥയായി മാറിയതാണെന്ന സത്യം; നമ്മുടെ നാട്ടിൽ തച്ചോളി ഒതേനന്റേയും, കായംകുളം കൊച്ചുണ്ണിയുടേയും മറ്റും കഥകൾ നാടോടിക്കഥകളിലും പാട്ടുകളിലുമൊക്കെ സ്ഥാനം പിടിച്ചതുപോലെ. മാത്രമല്ല, സംഭവം നടന്ന സ്കോട്ട്ലാൻഡിന്റെ അതിർത്തികൾ വിട്ട് ലോകമെങ്ങും ഒരു വലിയപാഠമായി ഈ കഥ വളർന്നു നിൽക്കുന്നു എന്നതും നാം അംഗീകരിക്കേണ്ടതായുണ്ട്. കഥയിലെ നായകനായ റോബർട്ട് എന്ന ബ്രൂസ് (നമ്മൾ സാധാരണയായി അദ്ദേഹത്തെ അറിയുന്നത് റോബർട്ട് ബ്രൂസ് എന്നാണ്. എങ്കിലും സ്കോട്ട്ലാൻഡിൽ റോബർട്ട് എന്ന ബ്രൂസ് - Robert the Bruce എന്നാണ് ശരിയായും അറിയപ്പെടുന്നത്.) നമുക്ക് വായിച്ച് പരിചയമുള്ള റോബർട്ട് ബ്രൂസ് തന്നെയാണ്.

കഥ വായിക്കുന്നതോടൊപ്പം റോബർട്ട് ബ്രൂസിന്റെ ചരിത്രവും കുറച്ചെങ്കിലും അറിഞ്ഞിരിക്കുന്നത് നല്ലതല്ലേ?.

റോബർട്ട് ബ്രൂസ് ജീവിച്ചിരുന്നത് 1274 മുതൽ 1329 വരെയാണ്. ബ്രൂസ് കുടുംബം സ്കോട്ട്ലാൻഡിൽ ആദ്യമായി എത്തിയത് 1124-ലാണ്. അന്നുമുതൽ തങ്ങൾ സ്കോട്ട്ലാൻഡിന്റെ രാജകീയ പദവിക്ക് അർഹരാണെന്ന വിചാരം അവർക്കുണ്ടായിരുന്നു. പക്ഷേ, അത് ബ്രിട്ടനിലെ

രാജകുടുംബാംഗങ്ങൾക്ക് സ്വീകാര്യമായിരുന്നില്ല. റോബർട്ട് ബ്രൂസ് 1274 ജൂലൈ 11-ന് ജനിച്ചു; 1329 ജൂൺ 07-ന് മരിച്ചു. അദ്ദേഹം ബ്രൂസ് കുടുംബത്തിൽനിന്നും ആദ്യം രാജാവായ വ്യക്തിയാണ്. 1306-ൽ രാജാവായ ബ്രൂസ് തന്റെ മരണംവരെ ആ പദവിയിൽ തുടരുകയും ചെയ്തു. സ്കോട്ടാലാൻഡിനെ ഒരു സ്വതന്ത്ര രാജ്യമാക്കി ബ്രിട്ടന്റെ അധീനത്തിലല്ലാതാക്കി രൂപപ്പെടുത്തിയതിന്റെ സൂത്രധാരൻ ബ്രൂസായിരുന്നു. അതിനുവേണ്ടി അദ്ദേഹത്തിന് ബ്രിട്ടനുമായി (ഇംഗ്ലണ്ടുമായി) പല പ്രാവശ്യം യുദ്ധം ചെയ്യേണ്ടിവന്നിട്ടുണ്ട്. എങ്കിലും 1306-മാർച്ചിൽ രാജാവായി സ്ഥാനാരോഹണം ചെയ്ത ബ്രൂസ് ഇംഗ്ലണ്ടിലെ എഡ്വാർഡ് ഒന്നാമൻ (Edward-1)രാജാവ് നടത്തിയ മെത്തവൻ യുദ്ധത്തിൽ (Battle of Methevan) ബ്രൂസിനെ വീണ്ടും തോൽപിച്ചു. ബ്രൂസും ചില കൂട്ടുകാരും ഒളിവിൽപോകേണ്ടിവന്നു എങ്കിലും 1307-ൽ ലൗഡോൺ ഹിൽ (Loudown Hill) എന്ന സ്ഥലത്തുവച്ച് നടന്ന ഒളിപ്പോരിൽ ബ്രൂസ് ബ്രിട്ടിഷ് സൈന്യത്തെ തോൽപിച്ച് തന്റെ രാജകീയാധികാരം വീണ്ടെടുക്കുകയും ചെയ്തു. അങ്ങനെ രണ്ടാമതും അധികാരം പിടിച്ചെടുക്കുന്നതിനു മുമ്പ് ബ്രൂസ് എന്ന സ്കോട്ട്ലാൻഡിന്റെ രാജാവ് ഒളിവിൽ കഴിഞ്ഞിരുന്ന കാലത്ത് നടന്ന ഒരു ചെറിയ സംഭവമാണ് ലോകം ഒട്ടുക്കും പ്രകീർത്തിക്കപ്പെടുന്ന ഒരു നാടോടിക്കഥയും മനുഷ്യരാശിക്കാകെ ഒരു ഗുണപാഠവുമായി മാറിയത്. ബ്രൂസ് ഒളിവിൽ കഴിഞ്ഞിരുന്ന കാലത്ത് താമസിച്ചിരുന്നത് ഒരു ചെറിയ മുറിയിലായിരുന്നോ അതോ വനമധ്യത്തിലുള്ള ഒരു ഗുഹയിലായിരുന്നോ എന്നത് തീർച്ചയല്ല. എങ്കിലും ഗുഹയിലായിരുന്നുവെന്ന് കരുതാം - കഥയിൽ അങ്ങനെയാണ്.

മെത്തവൻ യുദ്ധത്തിൽ തോറ്റ ബ്രൂസും കുറച്ച് ആത്മാർഥ സ്നേഹിതന്മാരും ഒളിച്ചോടാൻ നിർബന്ധിതരായി. അവർ ചെന്നെത്തിയത് വനപ്രദേശത്തുള്ള പർവ്വതനിരകൾക്കടുത്താണ്. അവിടെക്കണ്ട ചില ഗുഹകളിൽ അവർ തങ്ങളുടെ പാർപ്പിടങ്ങളൊരുക്കി. ബ്രൂസ് തനിച്ച് അത്തരം ഒരു ഗുഹയിലായിരുന്നു. പുറത്ത് ശക്തിയായി മഴ പെയ്തുകൊണ്ടിരുന്ന സമയം; ബ്രൂസ് തനിക്ക് യുദ്ധങ്ങളിൽ തുടർച്ചയായുണ്ടായ പരാജയങ്ങളെക്കുറിച്ച് ഏതാണ്ട് വിവശനായിരിക്കുകയായിരുന്നു. എങ്ങിനെ വിവശനാവാതിരിക്കും ഒന്നും രണ്ടും പ്രാവശ്യമല്ല യുദ്ധങ്ങളിൽ തോറ്റത്; തുടർച്ചയായി ആറു പ്രാവശ്യം. ഒടുവിൽ നിൽക്കപ്പൊറുതിയില്ലാതെ ഒളിവിൽ താമസിക്കേണ്ട ഗതികേടിലും. ഇനി തന്റെ ഭാവി എന്തായിരിക്കും. ഇനി യുദ്ധം ജയിക്കാമെന്ന ആഗ്രഹം ഏതാണ്ട് ഇല്ലാതായി. തികച്ചും നിരാശനായി ബ്രൂസ് ഇരിക്കുകയായിരുന്നു.

അപ്പോഴാണ് താൻ ഇരുന്നതിനടുത്ത് മച്ചിൽ (ഗുഹയുടെ മേൽഭാഗത്ത്) ഒരു ചിലന്തി (എട്ടുകാലി) വലകെട്ടാൻ ശ്രമിക്കുന്നത് കാണാനിടയായത്. ചിലന്തിയുടെ പ്രവർത്തി ബ്രൂസിനെ ആകർഷിച്ചു. ബ്രൂസ് ക്ഷമയോടെ ചിലന്തിയുടെ പ്രവർത്തികൾ നോക്കിയിരുന്നു.

ചിലന്തി ഒരു കോണിലിരുന്ന് മറ്റേഭിത്തിയിലേക്ക് (അല്ലെങ്കിൽ ഒരു കഴുക്കോലിൽനിന്ന് മറ്റൊന്നിലേക്ക് എന്ന് വിചാരിച്ചുകൊള്ളുക-ബ്രൂസ് ഇരുന്നത് ഒരു ഇടുങ്ങിയ ചെറിയ മുറിക്കുള്ളിലായിരുന്നുവെങ്കിൽ) ചാടി. അങ്ങനെ വേണമല്ലോ വലയ്ക്ക് ആധാരമായ ആദ്യത്തെ നൂല് ബന്ധിപ്പിച്ചുകെട്ടുക. ആദ്യത്തെ നൂൽ ബന്ധിപ്പിച്ച് കെട്ടിക്കഴിഞ്ഞാൽ പിന്നീട് ജോലി എളുപ്പമാകും. പക്ഷേ പാവം ചിലന്തി; അതിന് വേണ്ടത്ര ശക്തിയോടെ ചാടാൻ കഴിയാഞ്ഞതുകൊണ്ട് മറ്റേ ഭിത്തിയിൽ എത്തിപ്പെടാൻ സാധിച്ചില്ല. വീണുപോയ നൂലിൽക്കൂടി അത് പൂർവ്വസ്ഥാനത്ത് തിരിച്ചെത്തി.

ഇതു പറയുമ്പോൾ ഒരു കാര്യം കൂടി അറിയേണ്ടതുണ്ട്. ചിലന്തി എന്തിനാണ് വല കെട്ടുന്നതെന്ന് നിങ്ങൾക്കറിയാമോ?. വല കെട്ടുന്നതെങ്ങിനെയാണെന്ന്, വലയ്ക്കുള്ള നൂൽ എവിടെനിന്നാണെന്ന് - അങ്ങനെയുള്ള കാര്യങ്ങൾ നിങ്ങൾ ആലോചിച്ചിട്ടുണ്ടോ?. ചിലന്തികൾ അവയുടെ സ്വന്തം ശരീരത്തിൽനിന്നും ഉണ്ടാക്കിയെടുക്കുന്ന ഒരു തരം പശ ഉപയോഗിച്ചാണ് സിൽക്ക് നൂലുകൾപോലെ നേർമ്മയുള്ള നൂലുകൾ ഉണ്ടാക്കുന്നത്. സ്വന്തം ദേഹത്ത് ഒട്ടിപ്പിടിക്കാത്തതും അതേസമയം മറ്റുവസ്തുക്കൾ ഒട്ടിപ്പിടിക്കുന്ന പശയോടുകൂടിയ മറ്റുതരം നൂലുകളും ചിലന്തികൾക്ക് ഉണ്ടാക്കാൻ കഴിയും. ഇത്തരത്തിൽ പ്രത്യേകതരം ഗുണങ്ങളോടുകൂടി ആറുതരം നൂലുകൾ ചിലന്തികൾക്ക് ഉണ്ടാക്കാൻ കഴിയും. ഇത്തരം നൂലുകളുടെ പുറത്ത് ഒരുതരം പശ ഉണ്ടായിരിക്കും. കൊതുക്, ചെറിയ ഈച്ചകൾ മുതലായവ പറന്നുനടക്കുന്നതിനിടയിൽ ആ നൂലിലെങ്ങാനും തൊടാൻ ഇടയായാൽ അവ അതിൽ ഒട്ടിപ്പിടിച്ചുപോകും. പിന്നീട് അതിൽനിന്ന് മോചനം സാധ്യമല്ല. അങ്ങനെ ഒട്ടിപ്പിടിക്കുന്ന കീടങ്ങളെ വലയുടെ ഉടമസ്ഥനോ ഉടമസ്ഥയോ ആയ ചിലന്തിക്ക് സ്വന്തം സൗകര്യപ്രകാരം, വിശപ്പ് തോന്നുമ്പോൾ പിടിച്ച് കഴിക്കാനും കഴിയും. വല കെട്ടാൻ ബുദ്ധിമുട്ടണമെങ്കിലും പിന്നീട് യാതൊരു ബുദ്ധിമുട്ടുമില്ലാതെ ഭക്ഷണം സ്വരൂപിക്കാനുള്ള ഒരു തന്ത്രമാണ് ചിലന്തിയുടെ വല.

ഇനി മറ്റൊരുകാര്യം കൂടി പറയാം. ചിലന്തികൾ നിസ്സാരക്കാരാണെന്ന് കരുതണ്ട. അവരുണ്ടാക്കുന്ന നൂലുകളുടെ ബലവും (strength)

വലിവുറപ്പും (tensile strength) ഇലാസ്തികതയും (elastcity- വലിച്ച് നീട്ടപ്പെടാനുള്ള കഴിവ്) അതേ ഭാരത്തിലുള്ള ഇരുമ്പ്കമ്പിയുടേതിനേക്കാൾ പല മടങ്ങ് കൂടുതലാണെന്ന് പറഞ്ഞാൽ വിശ്വസിക്കാനാകുമോ. പക്ഷേ, അതാണ് സത്യം. അതുകൊണ്ടുതന്നെ നമ്മുടെ ശാസ്ത്രജ്ഞർ ഇന്നും ചിലന്തിവലകൾ ഉണ്ടാക്കാൻ ഉപയോഗിക്കുന്ന പോഷകവസ്തുക്കൾ (proteins) എന്തൊക്കെയാണെന്നും അവ എങ്ങനെ രൂപപ്പെടുത്തുന്നുവെന്നും, എങ്ങനെ കൃത്രിമമായി നമുക്ക് ഉണ്ടാക്കാൻ കഴിയുമെന്നും ഗവേഷണം നടത്തിക്കൊണ്ടേയിരിക്കുന്നു. ആ വിവരങ്ങൾ കണ്ടുപിടിക്കാൻ കിഞ്ഞാൽ ഇരുമ്പിന് പകരം അത്തരം പോഷകവസ്തുക്കൾ ഉപയോഗിക്കാൻ കഴിയും - പ്രത്യേകിച്ചും ഇരുമ്പ് ധാതുക്കളുടെ ലഭ്യത കുറഞ്ഞ് ഇല്ലാതാകുന്ന സാഹചര്യത്തിൽ. അതുപോലെ നമ്മുടെ ഭടന്മാർക്കും മറ്റും ഉപയോഗിക്കാൻ ഭാരം കുറഞ്ഞ വെടിയുണ്ട തുളയ്ക്കാത്ത മേലങ്കികളും (Bulletproof vests) നമ്മുടെ ശരീരത്തിലെ ചലന ഞരമ്പുകളും (tendons) മറ്റും നിർമിക്കാൻ അത്തരം നൂലുകൾ വളരേ പ്രയോജനപ്പെടും. ഒരു പക്ഷേ, വീടുകൾ നിർമിക്കാൻ വേണ്ട കമ്പികൾ പോലും അങ്ങനെ ഉണ്ടാക്കാൻ കഴിഞ്ഞെന്ന് വരും. നമുക്ക് കഥയിലേക്ക് തിരിച്ചുവരാം. പൂർവ്വസ്ഥാനത്ത് തിരിച്ചെത്തിയ ചിലന്തി വെറുതേ ഇരുന്നില്ല. അത് വീണ്ടും ചാടി, വീണ്ടും പരാജയപ്പെട്ടു. പക്ഷേ, ചിലന്തിക്ക് ഒരു കൂസലുമുണ്ടായില്ല. അത് വീണ്ടും പൂർവ്വസ്ഥാനത്ത് എത്തി മറുപടിയും ചാടി. മറുപടിയും ചാട്ടം പിഴച്ചു.

ബ്രൂസ് അതിശയത്തോടെ ചിലന്തിയെ തികഞ്ഞ ആകാംക്ഷയോടെ നോക്കിക്കൊണ്ടിരുന്നു. അദ്ദേഹം വിചാരിച്ചു, പാവം ചിലന്തി എന്നെപ്പോലെ വീണ്ടും വീണ്ടും തോറ്റുപോയിരിക്കുന്നു. അങ്ങനെ ആറാമത്തെ പ്രാവശ്യവും ചിലന്തി അതിന്റെ ഉദ്യമത്തിൽ പരാജയപ്പെട്ടു. അപ്പോൾ ബ്രൂസ് വിചാരിച്ചു 'പാവം ചിലന്തി, അതും എന്നെപ്പോലെ ആറുപ്രാവശ്യം തോറ്റിരിക്കുന്നു. ഇങ്ങനെ വീണ്ടും വീണ്ടും തോറ്റിട്ടെന്തുകാര്യം. ഇനി ഒരു പക്ഷേ, ചിലന്തി അതിന്റെ പരിശ്രമം ഉപേക്ഷിക്കുമായിരിക്കും

പക്ഷേ, സംഭവിച്ചത് മറ്റൊന്നാണ്. ചിലന്തി പരാജയം അംഗീകരിക്കാൻ തയ്യാറായില്ല. ബ്രൂസിനെ അദ്ഭുതപ്പെടുത്തിക്കൊണ്ട് ചിലന്തി ഏഴാമത്തെ പ്രാവശ്യവും ചാടി; വിജയിക്കുകയും ചെയ്തു. സുരക്ഷിതമായി അത് മറ്റേ ഭിത്തിയിൽ എത്തി. പിന്നീട് വലനിർമാണം അനായാസമായി തുടരുകയും ചെയ്തു. ചിലന്തിയുടെ വിജയം കണ്ട ബ്രൂസ് വികാരഭരിതനായി ഉറക്കെ പറഞ്ഞു:

"അതേ, ചിലന്തിയാണ് ശരി. ചിലന്തിയ്ക്ക് കഴിയുമെങ്കിൽ എനിക്കും കഴിയും. ആറുപ്രാവശ്യം തോറ്റാലെന്ത്, ഏഴാമത്തെ പ്രാവശ്യം ജയിക്കും.

അല്ലെങ്കിൽ എട്ടാമത്തെ പ്രാവശ്യം. അതേ, ജയിക്കുന്നതുവരെ ഞാൻ എന്റെ ശ്രമം തുടരും.''

ബ്രൂസ് രാജാവ് ഗുഹയ്ക്കുള്ളിൽനിന്ന് പുറത്തുചെന്ന് തന്റെ കൂടെയുണ്ടായിരുന്ന മറ്റു സ്നേഹിതരെ വിളിച്ചുവരുത്തി അവരോട് പറഞ്ഞു:

"പരാജയം നമ്മെ നിരാശരാക്കരുത്. നമുക്കിനിയും ധൈര്യത്തോടെ പൊരുതണം. യുദ്ധങ്ങളിൽ തോറ്റെങ്കിൽ ആ തോൽവി നാം കാര്യമായി കരുതേണ്ട. പുതിയ യുദ്ധമുറകൾ കണ്ടെത്തി വീണ്ടുംവീണ്ടും ജയിക്കുന്നതുവരെ നാം പോരാടണം. എന്താ, നിങ്ങൾ തയ്യാറല്ലേ? നിങ്ങൾ എന്റെ കൂടെനിന്ന് പൊരുതുകയില്ലേ? നമ്മൾ ജയിക്കുന്നതുവരെ.''

"അങ്ങ് നയിക്കാനുണ്ടെങ്കിൽ ഞങ്ങൾ എപ്പോഴും, എന്നും അങ്ങയുടെ കൂടെയുണ്ടാകും. തീർച്ച.''

"അങ്ങനെയെങ്കിൽ കേൾക്കൂ. ബ്രിട്ടീഷുകാർ ജയിച്ചുവെന്ന സന്തോഷത്തിലാണ്. നമ്മുടെ സൈന്യവും നമ്മളും യുദ്ധത്തിൽ തോറ്റ് ഒളിച്ചോടിയെന്നും ഇനി തിരികെവരാൻ സാധ്യതയില്ലെന്നുമുള്ള ധാരണയിലാണ് അവർ. അതുകൊണ്ടുതന്നെ ഇപ്പോൾ ശ്രദ്ധാലുക്കളല്ല. ഇപ്പോൾ, ഇനി ഒരാക്രമണ സാധ്യതതള്ളിക്കളഞ്ഞ് അവർ സന്തോഷിച്ചിരിക്കുന്ന ഈ സമയത്ത് നാം അവരെ ആക്രമിക്കണം. അങ്ങനെ ചെയ്താൽ നമ്മുടെ വിജയം സുനിശ്ചിതമാണ്.''

"തികച്ചും ശരിയാണ്. നമുക്കുടനേതന്നെ ഒരു തിരിച്ചാക്രമണം സംഘടിപ്പിക്കാം. ഈ പ്രാവശ്യം നമുക്ക് ഒളിപ്പോര് സംഘടിപ്പിക്കുന്നതായിരിക്കും കൂടുതൽ പ്രയോജനകരം.''

"അതേ, തീർച്ചയായും അതാണ് ശരി.'' അങ്ങനെ ഏഴാമത്തെ തവണ ബ്രൂസ് രാജാവ് ബ്രിട്ടനെതിരായി നടത്തിയ യുദ്ധത്തിൽ അദ്ദേഹത്തിന്റെ സൈന്യം വമ്പൻ വിജയം കൈവരിച്ചു. ബ്രിട്ടീഷ് ഭടന്മാർ നിൽക്കപ്പൊറുതിയില്ലാതെ തങ്ങളുടെ കപ്പലുകളിൽ ബ്രിട്ടനിലേക്ക് തിരികെ പോകാൻ നിർബന്ധിതരായി. അതിനുശേഷം വളരെക്കാലം സ്കോട്ട്ലാൻഡ് ഒരു സ്വതന്ത്രരാജ്യമായി സമാധാനത്തോടെ തുടർന്നു. തങ്ങൾക്ക് അത്തരത്തിൽ സ്വാതന്ത്ര്യം നേടിത്തന്ന ബ്രൂസ് രാജാവിനെ ഇന്നും വളരെയധികം സ്നേഹത്തോടെയും ബഹുമാനത്തോടെയുമാണ് അവർ ഓർക്കുന്നത്.

ഗബോൺ സന്യാസി

ഗബോൺ സന്യാസി, നമ്മൾ സാധാരണ അറിയുന്നരീതിയിലുള്ള ഒരു സന്യാസിയായിരുന്നില്ല. മറിച്ച് ചില കാര്യങ്ങൾ ജ്ഞാനദൃഷ്ടിയോടെ കാണാൻ കഴിയുമായിരുന്ന ഒരാൾ - അതുകൊണ്ട് മറ്റുള്ളവർ അയാളെ ഗബോൺ സന്യാസി എന്ന് വിളിച്ചു എന്നുമാത്രം. ഗബോണിന് ഒരു മകനുണ്ടായിരുന്നു - ജാക്ക്.

ഒരു ദിവസം ഗബോൺ തന്റെ മകനെ അടുത്തുവിളിച്ചു പറഞ്ഞു:

“മോനേ, നീ ഇന്ന് ചന്തയിൽ പോകണം. ഇതാ, ഈ ആട്ടിൻ തോൽ കൊണ്ടുപോയി വിൽക്കണം. പക്ഷേ, തിരികെ വരുമ്പോൾ നിന്റെ കയ്യിൽ ഈ തോലും അതിന്റെ വിലയും ഉണ്ടായിരിക്കണം. മനസ്സിലായോ?”

“മനസ്സിലായി.”

ജാക്ക് ആട്ടിൻതോലുമായി ചന്തയിലേക്ക് പുറപ്പെട്ടു. പക്ഷേ, അവൻ ആലോചിച്ചുകൊണ്ടേയിരുന്നു. ‘ഇതെങ്ങിനെ സാധ്യമാകും. തോലിന്ന് അതിന്റെ വില തന്നതിനുശേഷം ആരെങ്കിലും തിരിച്ചുതരുമോ? അങ്ങനെ തന്നാൽതന്നെ എന്തിന്?’ പ്രതീക്ഷിച്ചപോലെ ചന്തമുഴവനും നടന്ന് പലരോടും സംസാരിച്ചിട്ടും മേൽപറഞ്ഞ രീതിയിൽ തുകൽ വാങ്ങിക്കാൻ ഒരാളും തയാറായില്ല. തികച്ചും നിരാശനായി ജാക്ക് ആട്ടിൻതോലുമായി തിരികെ വീട്ടിലെത്തി. മകനെ കണ്ടതും ഗബോൺ ചോദിച്ചു:

“മോനേ, തുകൽ വിൽക്കാൻ കഴിഞ്ഞോ?”

“ഇല്ലച്ഛാ,” അവന്റെ ശബ്ദത്തിൽനിന്നുതന്നെ അവന്റെ നിരാശ വ്യക്തമായിരുന്നു.

“നിരാശനാകേണ്ട മോനേ. നീ ഒരിക്കൽക്കൂടി ശ്രമിച്ചുനോക്കൂ. നാളേയും ആട്ടിൻതോലുമായി നീ ചന്തയിൽ പോകണം. ശ്രമിച്ചു നോക്കിയാൽ ഫലമുണ്ടാകും തീർച്ച.”

“ശരിയച്ഛാ.”

ജാക്ക് അടുത്തദിവസവും തോലുമായി ചന്തയിൽ പോയി. പക്ഷേ, പ്രയോജനമൊന്നുമുണ്ടായില്ല. നിരാശനായി തിരികെ ചെന്ന മകനോട് അച്ഛൻ പറഞ്ഞത് തലേന്ന് പറഞ്ഞതുതന്നെ. ‘നിരാശനാകേണ്ട. അടുത്ത ദിവസം വീണ്ടും ശ്രമിക്കണം.’

മൂന്നാമത്തെ ദിവസവും ചന്തയിലെ അനുഭവം തലേനാളുകളേതിൽനിന്നും ഭിന്നമായിരുന്നില്ല. തികച്ചും നിരാശനായ ജാക്ക് ഇനി എന്തുചെയ്യണമെന്ന് ആലോചിച്ചു. വീട്ടിൽപോയി അച്ഛനോട് എന്തു പറയും! അച്ഛൻ തന്നെ ഏൽപ്പിച്ച ജോലിചെയ്യാൻ തന്നെക്കൊണ്ട് കഴിഞ്ഞില്ലല്ലോ എന്ന സങ്കടവും കുറ്റബോധവും മനസ്സിൽ നിറഞ്ഞുനിന്നു. അതേ സമയം ആനിബന്ധനയിൽ തന്റെ പക്കൽനിന്നും തോൽ വാങ്ങാൻ ആരും ഉണ്ടാവുകയില്ലെന്ന സാമാന്യബോധവും; ഇനി വീട്ടിലേക്ക് മടങ്ങി അച്ഛന്റെ മുമ്പിൽ വിഷണ്ണനായി നിൽക്കാതെ എങ്ങോട്ടെങ്കിലും ഒളിച്ചോടിയാലോ എന്ന ചിന്ത മറ്റൊരു വശത്ത്. അങ്ങനെ ആകെപ്പാടെ തികഞ്ഞ ചിന്താക്കുഴപ്പത്തിലായ ജാക്ക് ക്രീക്ക്റോഡിലുണ്ടായിരുന്ന പാലത്തിന്റെ തൂണിൽ ചാരി നിന്നിരുന്ന സമയത്ത് കീഴേ ആറ്റിൻതീരത്ത് ചെറുപ്പക്കാരിയായ ഒരു സ്ത്രീ നിൽക്കുന്നതുകണ്ടു. ധൈര്യം അവലംബിച്ച് ജാക്ക് ആ സ്ത്രീയെ വിളിച്ച് ചോദിച്ചു:

“ഹേ സഹോദരീ, നിങ്ങൾ കുറേനേരമായി നദിയോരത്ത് എന്തുചെയ്യുന്നു?” ആ സ്ത്രീ മറുപടി പറഞ്ഞു:

“എന്താ കണ്ടുകൂടേ, ഞാൻ എന്റെ വസ്ത്രങ്ങൾ അലക്കുന്നു. ഹേ യാത്രക്കാരാ, തെറ്റിദ്ധരിക്കുകയില്ലെങ്കിൽ ഞാനും ചോദിക്കട്ടെ.”

“എന്താ കേൾക്കട്ടെ.”

“നിങ്ങൾ കുറേനേരമായി ആ നിൽപ് നിൽക്കുന്നുവല്ലോ. എന്താ നിങ്ങളെ അലട്ടുന്ന പ്രശ്നം പറഞ്ഞാൽ വല്ല പോംവഴിയുമുണ്ടോ എന്ന് ഞാനും ആലോചിക്കാം.”

ജാക്ക് തന്റെ കയ്യിലുണ്ടായിരുന്ന ആട്ടിൻതോൽ ഉയർത്തിക്കാണിച്ചുകൊണ്ട് പറഞ്ഞു:

“ദാ, നോക്കൂ. എന്റെ അച്ഛൻ ഈ തോൽ വിൽക്കാൻ എന്നെ ഏൽപ്പിച്ചരിക്കുകയാണ്. അച്ഛന് വിറ്റ തോലിന്റെ പണവും തോലും തിരികെ കൊടുക്കണമെന്നാണ് കരാറ്. അങ്ങനെ ഇത് വാങ്ങാൻ ആരെങ്കിലും വരുമോ?. അതാണ് എന്റെ പ്രശ്നം.”

വളരെ ലാഘവത്തോടെ ആ സ്ത്രീ മറുപടി പറഞ്ഞു:

“ഓ, ഇത്രേയുള്ളോ കാര്യം. ഇത് നിസ്സാരമായി സാധിക്കാവുന്ന കാര്യമല്ലേ. വിരോധമില്ലെങ്കിൽ നിങ്ങൾ ആ തോലുംകൊണ്ട് ഇങ്ങോട്ട് വാ. എന്തുചെയ്യാൻ കഴിയുമെന്ന് നമുക്ക് നോക്കാം.” ജാക്ക് തോലുമായി ആ സ്ത്രീയുടെ അടുത്തെത്തി.

“ആ തോലിങ്ങ് തരൂ. ഞാനൊന്ന് നോക്കട്ടെ.”

ജാക്ക് തോല് അവരുടെ കൈയിൽ കൊടുത്തു. അവരത് തിരിച്ചും മറിച്ചും നോക്കിയതിനുശേഷം വെള്ളത്തിൽ മുക്കി കഴുകി. അതിലുണ്ടായിരുന്ന നൂല് (- കമ്പിളി രോമം) വേർപെടുത്തിയെടുത്തതിനുശേഷം തോൽ അയാളുടെ കയ്യിൽ കൊടുത്തു. കൂടാതെ കീശയിൽനിന്ന് കുറച്ച് പണവും എടുത്തുകൊടുത്തു.

“ഇപ്പോൾ നിങ്ങളുടെ വിഷമം തീർന്നില്ലേ?. ഞാൻ തന്ന പണവും ഈ തോലും അച്ഛന്റെ കയ്യിൽ കൊടുക്കൂ. അദ്ദേഹത്തിന് സന്തോഷമാകും.” ആ സ്ത്രീ അയാളെ നോക്കി ചിരിച്ചുകൊണ്ട് പറഞ്ഞു.

ജാക്ക് വീട്ടിൽപോയി അച്ഛനോട് വിവരങ്ങൾ വിശദമായി പറഞ്ഞു. ഗബോണിന് വളരെ സന്തോഷമായി.

“മോനെ, നാളെ നീ ആ സ്ത്രീയെ കാണണം. കേട്ടിടത്തോളം അവൾ സമർഥയാണെന്ന് തോന്നുന്നു.”

“ഞാൻ ശ്രമിക്കാമച്ഛാ.”

“കാണാൻ കഴിഞ്ഞാൽ അവരെ ഒരു ദിവസം നമ്മുടെ വീട്ടിലേക്ക് വരാൻ ക്ഷണിക്കണം. വെറുതെ ഒരു കപ്പ് കാപ്പികുടിക്കാൻ - അച്ഛന്റെ ഒരു സന്തോഷത്തിന് എന്ന് പറഞ്ഞു നോക്ക്.”

“ശരിയച്ഛാ.”

അടുത്തദിവസം ജാക്ക് ആ പാലത്തിനടുത്ത് അവരുടെ വരവും പ്രതീക്ഷിച്ച് നേരത്തെതന്നെ കാത്തുനിന്നു. കുറച്ചു സമയത്തിനുശേഷം അവർ നദിക്കരയിലെത്തി. ജാക്ക് അവരുടെ അടുത്തുചെന്ന് പറഞ്ഞു:

“ഞാൻ അച്ഛനോട് എല്ലാ വിവരങ്ങളും പറഞ്ഞു. നിങ്ങളെക്കുറിച്ചും”

“ഉവ്വോ.”

“അച്ഛന് വളരെ സന്തോഷമായി. നിങ്ങളെ ഒരു ദിവസം വീട്ടിലേയ്ക്ക് വരാൻ ക്ഷണിക്കണമെന്ന് അച്ഛന് വളരെ നിർബന്ധം. വിരോധമില്ലെങ്കിൽ നാളെത്തന്നെ വന്നാൽ അച്ഛനും എനിക്കും സന്തോഷമാകും.”

“ശരി, ഞാൻ തീർച്ചയായും വരാം. നിങ്ങളുടെ ആഗ്രഹമല്ലേ. പക്ഷേ, നാളെ അൽപം തിരക്കിലാണ്. അതുകൊണ്ട് മറ്റന്നാൾ ഏതാണ്ട് ഈ സമയത്ത് ഞാൻ വരാം.”

“വളരെ സന്തോഷം.” വീട്ടിലേക്കുള്ള വഴി വിശദമായും കൃത്യമായും പറഞ്ഞുകൊടുത്തതിനു ശേഷം ജാക്ക് വീട്ടിലേക്ക് മടങ്ങി. വിവരങ്ങളെല്ലാം കേട്ട ഗബോൺ കൂടുതൽ സന്തുഷ്ടനായി. അദ്ദേഹം ജാക്കിനോട് പറഞ്ഞു:

“മോനെ, കേട്ടിടത്തോളം ആ സ്ത്രീ ഒരു നല്ല ബുദ്ധിശാലിയാണെന്ന് തോന്നുന്നു. അവൾക്ക് സമ്മതമാണെങ്കിൽ നീ അവളെ വിവാഹം കഴിച്ചാൽ നന്നായിരിക്കും.”

“അതേ അച്ഛാ. ഞാൻ മനസ്സിലാക്കിയിടത്തോളം അവൾ ഒരു നല്ല സ്ത്രീയാണ്. പക്ഷേ, വിവാഹത്തിന് അവൾ സമ്മതിക്കുമോ എന്തോ, അറിയില്ലല്ലോ.”

“അവൾ ഇവിടെ വരാമെന്നാണല്ലോ പറഞ്ഞത്. അപ്പോൾ ഞാൻ ചോദിക്കാം. എന്താ നിനക്ക് സമ്മതമല്ലേ?” പറഞ്ഞതുപോലെ അവൾ വീട്ടിൽ ചെന്നു. ഗബോണും ജാക്കും അവരെ സ്നേഹത്തോടെ സ്വീകരിച്ചു. സംസാരിച്ചുകൊണ്ടിരുന്നതിനിടയിൽ ഗബോൺ പറഞ്ഞു:

“മകളുടെകൂട്ട് ഒരു കുട്ടിയെയാരിക്കണം എന്റെ മകൻ ജാക്ക് വിവാഹം കഴിക്കുന്നത് എന്നാണ് എന്റെ ആഗ്രഹം.”

അതുകേട്ട മരിയ (അതായിരുന്നു അവളുടെ പേര്) സന്തോഷത്തോടെ ചിരിച്ചതല്ലാതെ മറുപടിയൊന്നും പറഞ്ഞില്ല. അവരുടെ സംഭാഷണം മറ്റ് പലതിലേക്കും കടന്നു. കുറച്ചുനേരം കഴിഞ്ഞ് ഗബോൺ ചോദിച്ചു:

“മോളെ മരിയ, നിനക്ക് ജാക്കിനെ വിവാഹം കഴിക്കാൻ സമ്മതമാണോ - ഇഷ്ടമാണോ?”

അൽപം നാണത്തോടുകൂടി അവൾ പറഞ്ഞു:”ജാക്കിനും ഇഷ്ടമാണെങ്കിൽ.”

അങ്ങനെ അവരുടെ വിവാഹം താമസിയാതെ നടന്നു. കുറച്ചു കഴിഞ്ഞ് ഒരു ദിവസം ഗബോൺ ജാക്കിനോട് പറഞ്ഞു:

“മോനെ, ഞാനിന്ന് നമ്മുടെ രാജാവിനെ കാണാൻ പോകുകയാണ്.

അദ്ദേഹത്തിന് മറ്റാർക്കുമില്ലാത്തത്ര നല്ല ഒരു കൊട്ടാരം പണിയാൻ പോവുകയാണ്. പണിയുന്നതിന്റെ ചുമതല എനിക്കായിരിയ്ക്കും നീ കൂടി എന്റെ കൂടെ വരണം; പണിയുടെ കാര്യങ്ങളിൽ എന്നെ സഹായിക്കു കയും വേണം.'' അവർ യാത്ര തുടങ്ങുമ്പോൾ ഗബോൺ മകനോട് ചോദിച്ചു:

"മോനെ, നമുക്ക് പോകേണ്ടത് വളരെ ദൂരമുള്ള വഴിയാണ്. നിനയ്ക്ക് വഴിയുടെ ദൂരം കുറയ്ക്കാൻ എന്തെങ്കിലും ഉപായം അറിയാമോ?''

"എനിക്ക് അങ്ങനെ പ്രത്യേകിച്ച് ഒരു ഉപായവും അറിയില്ലല്ലോ അച്ഛാ.''

"ഛെ, നിന്നെക്കൊണ്ടൊന്നിനും കൊള്ളുകയില്ല. നീ എന്റെ കൂടെ വന്നിട്ട് ഒരു പ്രയോജനവും ഉണ്ടെന്ന് തോന്നുന്നില്ല.''

ഒറ്റയ്ക്ക് തിരികെ ചെന്ന ജാക്കിനോട് മരിയ തിരക്കി.

"ഹേ, എന്തുപറ്റി. ഇതെന്താ നിങ്ങൾ ഒറ്റയ്ക്ക് തിരികെ പോന്നത്.?''

ജാക്ക് കാര്യങ്ങൾ വിവരിച്ചു.

"എന്റെ മണ്ടൻ ഭർത്താവേ, ഇത്രേയുള്ളോ കാര്യം! യാത്രക്കിടയിൽ ഒരു നല്ല കഥ പറഞ്ഞാൽ യാത്രാദൂരം (സമയം) കുറയുകയില്ലേന്ന് നോക്ക്. ഞാനൊരു കഥ പറയാം. കഥ കേട്ടുകഴിഞ്ഞാൽ ഉടനെ ഓടി അച്ഛന്റെ ഒപ്പമെത്തി അച്ഛനോട് ഈ കഥ പറഞ്ഞുനോക്ക്. അദ്ദേഹ ത്തിന് ഇഷ്ടപ്പെടും തീർച്ച. "

ജാക്ക് ഭാര്യ പറഞ്ഞതുപോലെ ചെയ്തു. അവർ കഥ പറഞ്ഞുതീർന്ന പ്പോൾ രാജകൊട്ടാരത്തിന്റെ കവാടത്തിൽ എത്തിക്കഴിഞ്ഞിരുന്നു.

"കണ്ടോ മോനെ, നീ കഥ പറഞ്ഞിരുന്നതുകൊണ്ട് നമ്മൾ എത്രവേഗം ഇവിടെയെത്തി. സമയംപോയത് അറിഞ്ഞതേയില്ല. അല്ലേ. ദൂരം ഏതാണ്ട് പകുതിയായതുപോലെ.''

അവർ അവിടെ എത്തിയതും രാജാവുൾപ്പെടെ എല്ലാവരും അവരെ സ്നേഹത്തോടെ സ്വീകരിച്ചു. അവരും എല്ലാവരോടും അവരുടെ അഭി വാദ്യങ്ങളറിയിച്ചു. പിന്നീട് രാജാവിന്റെ നിർദേശപ്രകാരം ഗബോൺ പുതിയ കൊട്ടാരം പണിയുടെ ചുമതല ഏറ്റെടുത്തു. പുതിയകൊട്ടാര ത്തിന്റെ പണികൾ ഏതാണ്ട് ഒരു വർഷംകൊണ്ട് തീർത്തു. എല്ലാവ രുടേയും പ്രശംസകിട്ടിയ ഒരു കൊട്ടാരം തന്നെയായിരുന്നു ഗബോൺ രൂപകൽപന ചെയ്ത് പണിഞ്ഞത്. രാജാവ് സന്തോഷത്തോടുകൂടി എല്ലാവരോടും പറഞ്ഞു:

"ഈ കൊട്ടാരം ഞാനാഗ്രഹിച്ചതുപോലെ മനോഹരമായിരിക്കുന്നു.

ഇതിന്റെ പണിയിൽ പങ്കുകൊണ്ട എല്ലാവർക്കും നാളെ എന്റെ പാരിതോഷികങ്ങൾ സമ്മാനിക്കുന്നതാണ്. ഇത്ര മനോഹരമായ ഒരു കൊട്ടാര എനിക്ക് പണിത് തന്നതിന് ഗബോണിന് എന്റെ പ്രത്യേകം നന്ദി. ഇനിമേലിൽ ഈ കൊട്ടാരത്തെക്കാൾമെച്ചപ്പെട്ട മറ്റൊരു കൊട്ടാരവും നമ്മുടെ നാട്ടിൽ ഉണ്ടാകാൻ പാടില്ല. അത്രയ്ക്കും മനോഹരമാണ് ഗബോൺ എനിക്കായി കെട്ടിയ ഈ കൊട്ടാരം. നന്ദി. ഗബോൺ.'' അത്രയും പറഞ്ഞിട്ട് രാജാവ് തിരികെ പോകാൻ തുടങ്ങുകയായിരുന്നു. അപ്പോൾ എല്ലാവരും കേൾക്കെ ഗബോൺ പറഞ്ഞു:

“ശരിയാണ്, എല്ലാ പണികളും കഴിഞ്ഞിരിക്കുന്നു എന്നുതന്നെ പറയാം. എങ്കിലും തികച്ചും പൂർത്തിയാക്കാൻ മച്ചിൽ ഒരു ചെറിയ പണികൂടി അവശേഷിക്കുന്നുണ്ട്.''

അതുകേട്ട് രാജാവ് ചോദിച്ചു:

“ബാക്കിയുള്ള പണി ഇന്നുതന്നെ തീർക്കുകയില്ലേ ഗബോൺ?''

“തീർക്കാം. അതിനാണ് ശ്രമിക്കുന്നത്.'' രാജാവ് പോയതിനുശേഷം അവിടത്തെ തോട്ടം ജോലിക്കാരിയായ ഒരു സ്ത്രീ ഗബോണിനെ രഹസ്യമായി വിളിച്ചു പറഞ്ഞു:

“ഗബോൺ സന്യാസി, ഞാൻ നിങ്ങളോട് ഒരു രഹസ്യം പറയാം. എനിക്ക് താങ്കളോടുള്ള ബഹുമാനവും സ്നേഹവു കൊണ്ട് പറയുകയാണ്. ഞാൻ ഇങ്ങനെ ഒരു കാര്യം പറഞ്ഞു എന്ന വിവരം ഇരുചെവി അറിയാൻ പാടില്ല. അറിഞ്ഞാൽ എന്റെ ജീവൻ അപകടത്തിലാകുന്ന കാര്യമാണ്.''

“പറയൂ സഹോദരി, ഞാൻ മറ്റാരോടും പറയുകയില്ല. സത്യം. എന്നെ വിശ്വസിക്കാം.''

“ഈ രാജാവ് വലിയ കുശുമ്പനും ക്രൂരനുമാണ്. അങ്ങ്പണിത സുന്ദരമായ ഈ കൊട്ടാരംപോലെ മറ്റൊന്ന് ഇനി ആർക്കും ഉണ്ടാകരുതെന്ന് അങ്ങേർ പറഞ്ഞത് സന്യാസിയും കേട്ടില്ലേ, അങ്ങനെ ഒന്ന് ഇനി ആരും പണിയരുതെന്നത് അങ്ങേർക്ക് നിർബന്ധമാണ്. അതിനുവേണ്ടി എന്ത് ക്രൂരതയും കാട്ടാൻ ആ ദുഷ്ടൻ മടിക്കില്ല. ഇതുപോലൊന്ന് പണിയാൻ സന്യാസിക്കല്ലാതെ മറ്റാർക്കും കഴിയുകയില്ലെന്നും അങ്ങേർക്കറിയാം.''

“അതുകൊണ്ട്...?''

“അതുകൊണ്ട് രാജാവ് നിങ്ങളെ രണ്ടുപേരെയും, അച്ഛനേയും മകനേയും, കൊലപ്പെടുത്താൻ തീരുമാനിച്ചിരിക്കുകയാണ്. ഇത് അദ്ദേഹം തന്റെ വിശ്വസ്ഥരോട് ഇന്നലെ രാത്രി പറയുന്നത് ഞാൻ

രഹസ്യമായി കേട്ടതാണ്. അതുകൊണ്ട് സന്യാസിയും മകനും കരുത ലോടെയിരിക്കണം.''

“വിവരം പറഞ്ഞതിന് വളരെ നന്ദി. ഞാൻ സൂക്ഷിച്ചുകൊള്ളാം.'' ഗബോൺ തനിക്കുകിട്ടിയ വിവരം മകനേയും അറിയിച്ചു; ആരാണ് അത് തന്നോട് പറഞ്ഞതെന്ന് മാത്രം പറഞ്ഞില്ല.

“മോനേ, ഞാൻ പറഞ്ഞതെല്ലാം കേട്ടല്ലോ. എന്നുവെച്ച് പേടിക്കേണ്ട. പക്ഷേ, ഞാൻ പറയുന്ന കാര്യങ്ങൾ അതിന്റെ ഗൗരവം മനസ്സിലാക്കി തികഞ്ഞ ശ്രദ്ധയോടെ ചെയ്തു കൊള്ളണം അത്രതന്നെ.''

അടുത്തദിവസം ഉച്ചതിരിഞ്ഞ് രാജാവ് പുതിയ കൊട്ടാരത്തിലെത്തി. എത്തിയ ഉടനെ അന്വേഷിച്ചത് ബാക്കിയുണ്ടായിരുന്ന പണി തീർത്തോ എന്നാണ്.

“അങ്ങേയ്ക്ക് മുഷിവുതോന്നരുത് ആ പണി പൂർത്തിയാക്കാൻ കഴിഞ്ഞില്ല. അതിനുവേണ്ട ഒരു പ്രത്യേകതരം ഉപകരണം വീട്ടിലാണുള്ളത്. ഞാനെന്റെ മകനെ വീട്ടിലേക്കയച്ച് ഉപകരണം എടുത്തുകൊണ്ടുവരാൻ ഏർപ്പാടാക്കാം. പെട്ടെന്ന് തീർക്കാവുന്ന ജോലിയേ ബാക്കിയുള്ളൂ.''

അതിന് മറുപടിയായി രാജാവ് പറഞ്ഞു:

“ഏയ്, അത് ശരിയാകുകയില്ല. ഗബോണും മകനും ഇന്ന് ഇവിടെത്തന്നെ ഉണ്ടാകണം. എങ്ങോട്ടും പോകാൻ പാടില്ല. ഉപകരണം എടുത്തുകൊണ്ടുവരാൻ മറ്റാരെയെങ്കിലുമയക്കാം. “

“ഇല്ല രാജൻ, മറ്റാരുപോയാലും വേണ്ടവിധം മരുമകളോട് പറഞ്ഞ് ശരിയായ ഉപകരണം എടുത്തുകൊണ്ടുവരാൻ സാധിക്കുമെന്ന് തോന്നുന്നില്ല. എന്റെ മകൻ ജാക്കുതന്നെ പോകുന്നതാ നല്ലത്.''

“വേണ്ട വേണ്ട, എങ്കിൽ എന്റെ മകൻതന്നെ പോകട്ടെ.''രാജാവ് പറഞ്ഞു.

“ശരി, അങ്ങയുടെ മകൻ പോകുമെങ്കിൽ അങ്ങനെയാകട്ടെ.''

ഗബോൺ രാജകുമാരനോട് പറഞ്ഞു:

“അങ്ങ് എന്റെ വീട്ടിൽപോയി എന്റെ മരുമകൾ മരിയയോട് വളഞ്ഞതും നേരെയുള്ളതുമായ ഉപകരണം എടുത്ത് തരാൻ പറയണം. വളഞ്ഞതും നേരെയുള്ളതും - മറക്കരുതേ.''

“ശരി.''

രാജകുമാരൻ ഒന്നുരണ്ട് ഭൃത്യന്മാരുമൊത്ത് ഗബോണിന്റെ വീട്ടിലേക്ക് പോയി. അവിടെ എത്തിയതും കുമാരൻ മരിയയെ വിളിച്ചുപറഞ്ഞു: “ഞാൻ ഗബോണിന്റെ നിർദേശപ്രകാരം വന്നതാണ് - ഇവിടത്തെ

രാജകുമാരൻ. നിങ്ങൾ വളഞ്ഞതും നേരെയുള്ളതുമായ ഉപകരണം എത്രയും വേഗം എടുത്തുതരണം. ചില ജോലികൾ പൂർത്തിയാക്കാൻ ആ ഉപകരണം ഉടനെ വേണ്ടതായുണ്ട്.''

ബുദ്ധിശാലിയായ മരിയ ആലോചിച്ചു. 'വളഞ്ഞതും നേരെയുള്ളതുമായ' ഉപകരണമോ, അതെന്തുപകരണമാണ്. അങ്ങനെ ഒന്നിനെക്കുറിച്ച് നേരത്തെ കേട്ടിട്ടില്ലല്ലോ. തന്റെ അമ്മായി അച്ഛൻ അങ്ങനെ ഒരു സന്ദേശം അയച്ചതിന്റെ കാരണം എന്തായിരിക്കും - അതും എടുത്തുകൊണ്ടുചെല്ലാൻ 'രാജകുമാരനെത്തന്നെ'അയക്കുക - അവൾ അൽപനേരം ആലോചിച്ചു. പിന്നീട് രാജകുമാരനോട് പറഞ്ഞു:

"നോക്കൂ, അങ്ങ് അകത്തുവരൂ. ദാ, അവിടെ മുകളിലിരിക്കുന്ന ആ പെട്ടിയിലാണ് അച്ഛൻ പറഞ്ഞ ഉപകരണം വച്ചിരിക്കുന്നത്. ഞാനത് എടുക്കാൻ ശ്രമിക്കാം.''

അൽപം ഉയരത്തിലിരുന്ന ആ വലിയപെട്ടി തുറക്കാൻ ശ്രമിക്കുന്നതായി ഭാവിച്ചു. എങ്കിലും പെട്ടി തുറന്നില്ല. അവൾ കുമാരനോട് പറഞ്ഞു:

"താങ്കൾക്ക് എന്നേക്കാൾ പൊക്കമുണ്ടല്ലോ. അതുകൊണ്ട് താങ്കൾ തന്നെ പെട്ടിതുറക്കാൻ ഒന്ന് ശ്രമിച്ചുനോക്കൂ.''

കുമാരൻ സന്തോഷത്തോടെ പെട്ടിതുറക്കാൻ ശ്രമിച്ചു. പെട്ടി ഏതാണ്ട് തുറന്ന സമയത്ത് മറിയ കുമാരന്റെ കാലുകൾ പിടിച്ചുയർത്തി മുന്നോട്ട് തള്ളിയപ്പോൾ കുമാരൻ ആ വലിയ പെട്ടിക്കുള്ളിൽ വീണു. ഉടൻതന്നെ മരിയ പെട്ടിയുടെ അടപ്പുമൂടി പെട്ടി പൂട്ടുകയും ചെയ്തു. പക്ഷ, കുമാരന് ശ്വസിക്കാൻ കഴിയുന്നവിധം പെട്ടിയിൽ കുറേ ഓട്ടകൾ ഉണ്ടാക്കാൻ മരിയ മറന്നില്ല. അപ്പോൾ പെട്ടിയിൽനിന്നും തന്നെ എങ്ങനെയെങ്കിലും രക്ഷപ്പെടുത്താൻ കുമാരൻ മരിയയോട് ആവശ്യപ്പെട്ടു - അപേക്ഷിച്ചു.

"കുമാരാ, ഈ പെട്ടി തുറക്കാൻ എനിക്കറിയുകയില്ല. എന്റെ അമ്മായി അച്ഛനുമാത്രമേ ഈ പെട്ടി തുറക്കാൻ കഴിയുകയുള്ളൂ. അദ്ദേഹത്തെ എങ്ങനെയെങ്കിലും ഉടനെ ഇവിടെ വരുത്തണം.''

"ശരി, അങ്ങനെയെങ്കിൽ ഒരു തുണ്ട് കടലാസും ഒരു പേനയും തരൂ. ഞാൻ അച്ഛന് കൊടുക്കാൻ ഒരു കുറിപ്പ് എഴുതാം.''

മരിയ പെട്ടിയുടെ മൂടിയുടെ ഓട്ടയിൽക്കൂടി കടലാസും പേനയും കൊടുത്തു. പിന്നീട് കുമാരൻ എഴുതിയ കുറിപ്പ് കുമാരന്റെ കൂടെ ചെന്നിരുന്ന ഒരു സിൽബന്ധിയുടെ കയ്യിൽ കൊടുത്തയച്ചു. കുറിപ്പ് കയ്യിൽ കിട്ടിയതും തന്റെ മകന്റെ രക്ഷയെക്കരുതി രാജാവ് ഗബോണിനെയും ജാക്കിനെയും കൂട്ടി ഗബോണിന്റെ വീട്ടിലെത്തി.

ഗബോൺ പെട്ടിതുറന്ന് കുമാരനെ സ്വതന്ത്രനാക്കി. സംഗതികളുടെ കിടപ്പ് മനസ്സിലാക്കിയ രാജാവ് തനിക്ക് കിട്ടിയ കൊട്ടാരംകൊണ്ട് തൃപ്തിപ്പെടുകയല്ലാതെ ഗബോണിനെ നിയന്ത്രിക്കാൻ മാർഗങ്ങൾ തേടാതിരിക്കുകയായിരിക്കും നല്ലതെന്ന നിഗമനത്തിലെത്തി. രാജാവ് നല്ല വാക്കുകൾ പറഞ്ഞ് കുമാരനും ഭൃത്യന്മാരുമൊത്ത് സ്വന്തം കൊട്ടാരത്തിലേക്ക് മടങ്ങി.

അങ്ങനെ രാജാവിന്റെ വഞ്ചനയിൽനിന്നും രക്ഷപ്പെട്ട ഗബോൺ മകനോട് പറഞ്ഞു:

“മോനെ ജാക്ക്, നമ്മൾ രക്ഷപ്പെട്ടിരിക്കുന്നു. ഇനി ഭയപ്പെടാനൊന്നുമില്ല. പക്ഷേ, എല്ലാം നിന്റെ ബുദ്ധിമതിയായ ഭാര്യ കാരണമാണ്. മനസ്സിലായോ. അത് ഒരിക്കലും മറക്കരുത്.”

“അതേ അച്ഛാ, അച്ഛൻ പറഞ്ഞത് തികച്ചും ശരിയാണ്.”

“മോനേ, നിനക്കിപ്പോൾ ഇതുപോലെയുള്ള കൊട്ടാരങ്ങൾ പണിയാൻ വേണ്ട പരിചയവും ആത്മവിശ്വാസവുമുണ്ടല്ലോ?”

“ഉണ്ട്. തീർച്ചയായും ഉണ്ട്.”

“എങ്കിൽ രാജാവിനുവേണ്ടി നമ്മൾ പണിതുകൊടുത്ത കൊട്ടാരത്തെക്കാൾ കൂടുതൽ സുന്ദരമായ ഒന്ന് അധികം താമസിയാതെ എന്റെ ബുദ്ധിമതിയായ മരുമകൾക്കുവേണ്ടി നീ പണിയണം. തയ്യാറല്ലേ?”

“ശരിയച്ഛാ, തീർച്ചയായും അവൾ അതർഹിക്കുന്നുണ്ട്.”

അങ്ങനെ ജാക്ക് പണിത അതിമനോഹരമായ കൊട്ടാരത്തിൽ അവർ ദീർഘകാലം സുഖസന്തോഷങ്ങളോടെ ജീവിച്ചു.

ജോണി ഗ്ലോക്ക് എന്ന തയ്യൽക്കാരൻ

ജോണി ഗ്ലോക്ക് മറ്റ് ഏതു തയ്യൽക്കാരനേയും പോലെ ഒരു സാധാരണ മനുഷ്യനായിരുന്നു. പക്ഷേ കുറെക്കാലം തയ്യൽ ജോലി ചെയ്തുകൊണ്ടിരുന്ന ജോണിക്ക് ജോലി മുഷിഞ്ഞുതുടങ്ങി. ഒരു രസവുമില്ലാത്ത തയ്യൽപ്പണി എത്രനാളിങ്ങനെ തുടരുമെന്ന് ജോണി ചിന്തിച്ചു. പക്ഷേ, എന്തു ചെയ്യാൻ കഴിയും. മറ്റൊരു ജോലിയും അയാൾക്ക് അറിയില്ലായിരുന്നു. ഒരു ദിവസം അത്തരം ചിന്തകളുമായി മങ്ങിയ സൂര്യവെളിച്ചത്തിൽ അലസനായി ഇരുന്നിരുന്ന സമയത്ത് തന്റെ അടുത്ത് കുറേയധികം ഈച്ചകൾ ഒന്നിച്ചു കൂടിയിരിക്കുന്നതുകണ്ട് 'ഛെ. ഈ ഈച്ചകൾ ഇവിടെ എന്തുചെയ്യുന്നു; ശല്യം', എന്ന് പറഞ്ഞുകൊണ്ട് അയാൾ തന്റെ കൈകൊണ്ട് ആ ഈച്ചക്കൂട്ടത്തിന്റെ പുറത്ത് ശക്തിയായി തല്ലി. കുറേ ഈച്ചകൾ പറന്നുപോയി എങ്കിലും, നല്ലൊരു സംഖ്യ ഗ്ലോക്കിന്റെ കൈക്കടിയിൽ പെട്ട് ചത്തു. അയാൾ കയ്യുയർത്തി നോക്കി. 'ഇത്രയും ഈച്ചകൾ ഒരടിക്ക് ചത്തുവന്നോ' - അയാൾക്ക് അതിശയം തോന്നി. അയാൾ മെല്ലെ ചത്ത ഈച്ചകൾ എത്രയെന്ന് എണ്ണാൻ തുടങ്ങി. - അതേ കുറച്ചൊന്നുമല്ലല്ലോ. അമ്പത് ഈച്ചകളാണ് ചത്തത്.ഗ്ലോക്ക് ഉത്സാഹത്തോടെ ഉറക്കെ പറഞ്ഞു:

"സഭാഷ് ജോണി, ഒറ്റയടിക്ക് 50 എണ്ണത്തിനെ കൊല്ലാൻ നിനക്ക് കഴിഞ്ഞിരിക്കുന്നു. നീ സമർത്ഥൻതന്നെ. ഇത് തികച്ചും

അഭിനന്ദനാർഹം തന്നെ - പ്രശംസനീയമായ ഒരു വീരകൃത്യംതന്നെ. സംശയംവേണ്ട.''

ഗ്ലോക്ക് ആ സംഭവത്തിനുശേഷം പലപ്പോഴും ആലോചിച്ചു. 'എന്തുകൊണ്ട് തനിക്ക് വീരകൃത്യങ്ങൾ ചെയ്യുന്ന യോദ്ധാവായിക്കൂടാ. കഴിയണം. ഒരടിക്ക് അമ്പത് കൊലകൾ നടത്തിയ താൻ ഒരു വീരയോദ്ധാവല്ലെന്ന് എങ്ങനെ പറയാൻ കഴിയും' എന്ന്.

ഗ്ലോക്ക് വീട്ടിലുണ്ടായിരുന്ന തുരുമ്പിച്ച ഒരു പഴയവാള് തേടിയെടുത്തു - ഒരു പക്ഷേ അത് തന്റെ പൂർവ്വീകന്മാരാരെങ്കിലും ധീരകൃത്യങ്ങൾക്കായി ഉപയോഗിച്ചിരുന്നതായിരിക്കാം എന്ന് സ്വയം പറഞ്ഞു. ആ വാളും പിടിച്ചുകൊണ്ട് ഗ്ലോക്ക് തനിക്കും സാഹസിക കൃത്യങ്ങൾക്ക് അവസരം കിട്ടുമോ എന്ന അന്വേഷണവുമായി യാത്രതിരിച്ചു.

കുറേ ദൂരത്തെ യാത്രയ്ക്കുശേഷം രണ്ട് രാക്ഷസന്മാരുടെ അക്രമങ്ങൾകൊണ്ട് പൊറുതിമുട്ടിയ ഒരു ഗ്രാമത്തിലെത്തി. വാളും പിടിച്ച് നടന്നുചെന്ന ഗ്ലോക്കിനോട് ഗ്രാമവാസികൾ രാക്ഷസന്മാരെക്കുറിച്ചും അവർ സഹിക്കുന്ന ബുദ്ധിമുട്ടുകളെക്കുറിച്ചും പറഞ്ഞു. എങ്ങനെയെങ്കിലും രാക്ഷസന്മാരുടെ ശല്യം ഇല്ലാതാക്കി തങ്ങളെ രക്ഷിക്കാൻ ഗ്രാമവാസികൾ ഗ്ലോക്കിനോട് കേണപേക്ഷിച്ചു. എന്നു മാത്രമല്ല ഗ്രാമമുഖ്യൻ (അവിടത്തെ രാജാവ് എന്നും വേണമങ്കില് പറയാം.)തന്റെ ഗ്രാമത്തെ രാക്ഷസന്മാരിൽനിന്നും രക്ഷിക്കുന്നയാൾക്ക് മകളെ വിവാഹം കഴിച്ചു കൊടുക്കുമെന്നും വാഗ്ദാനം ചെയ്തു.

അതെല്ലാം കേട്ട ഗ്ലോക്ക് അത് തനിക്ക് കിട്ടിയ നല്ല ഒരവസരമാണെന്ന് ഉറപ്പിച്ചു. രാക്ഷസന്മാരെ നേരിടാനായി അവർ സാധാരണ താവളമടിക്കുന്ന സ്ഥലത്തേക്ക് യാത്രയായി. അവർ താമസിച്ചിരുന്ന കാട്ടു പ്രദേശത്ത് എത്തിയ ഗ്ലോക്ക് ഒരു വൃക്ഷത്തിന്റെ മറവിൽ ഒളിച്ചിരുന്നു. ആ സമയത്ത് രണ്ട് രാക്ഷസന്മാരും ഭക്ഷണമുണ്ടാക്കാൻ വേണ്ട വിറക് ഒരു തള്ളുവണ്ടിയിൽ തള്ളിക്കൊണ്ട് ചെല്ലുന്നത് കണ്ടു. അവർ ആജാനബാഹുക്കളായിരുന്നു എന്ന് പ്രത്യേകം എടുത്തുപറയേണ്ടതില്ലല്ലോ. അവരെ കണ്ടപ്പോൾതന്നെ ഗ്ലോക്ക് ഭയന്നു വിറയ്ക്കാൻ തുടങ്ങി. എങ്കിലും എങ്ങനെ നേരിടാമെന്ന് ആലോചിക്കാൻ തുടങ്ങി. ഏതായാലും ആദ്യം സ്വന്തം രക്ഷ ഉറപ്പാക്കുകയാണല്ലോ പ്രധാനം. ഒളിഞ്ഞുനിന്നിരുന്ന മരത്തിന് ഒരു വലിയ പോടുണ്ടായിരുന്നു. ഗ്ലോക്ക് ആ പോടിനുള്ളിൽകയറി ഒളിച്ചിരുന്നു. പോടിനുള്ളിൽ കയറുമ്പോൾ അടുത്തുകിടന്നിരുന്ന ഒരു നീളമുള്ള കമ്പും കുറേ ചെറിയചെറിയ കല്ലുകളും കയ്യിലെടുത്തു. രാക്ഷസന്മാർ വിറകുവണ്ടിയും തള്ളിക്കൊണ്ട് അതേ വൃക്ഷത്തിന്റെ തണലിൽ ചെന്നുനിന്നു.

"എടേ. ഇന്ന് നല്ല വെയിലുണ്ടല്ലോ. അൽപനേരം ഈ തണലിൽ ഇരുന്ന് വിശ്രമിച്ചിട്ട് മുന്നോട്ട പോകാം." ഒരു രാക്ഷസൻ പറഞ്ഞു.

രാക്ഷസന്മാരുടെ സംഭാഷണം പോടിനുള്ളിൽ ഇരുന്ന ഗ്ലോക്കിന് കേൾക്കാമായിരുന്നു. ഗ്ലോക്ക് അൽപം ആലോചിച്ച് രാക്ഷസന്മാരെ നേരിടാൻ ഒരുപായം മനസ്സിൽ ചിന്തിച്ചുറപ്പിച്ചു. പിന്നീട് രാക്ഷസന്മാർ ശ്രദ്ധിക്കാത്ത വിധം തന്റോ കയ്യിലിരുന്ന കല്ലിൽ ഒരെണ്ണം ഒരു രാക്ഷസന്റെ തലയ്ക്ക് കൊള്ളുന്ന വിധം ശക്തിയോടെ എറിഞ്ഞു. ഉദ്ദേശിച്ചതുപോലെ കല്ല് അയാളുടെ തലയിൽത്തന്നെ കൊണ്ടു. മാത്രമല്ല ഗ്ലോക്ക് തന്റെ കയ്യിലുണ്ടായിരുന്ന കമ്പുകൊണ്ട് ഏറുകൊണ്ട് അതേ രാക്ഷസന്റെ തലയ്ക്ക് ഒരടിയും കൊടുത്തു. രാക്ഷസനായതുകൊണ്ട് ഏറുകൊണ്ടാലും അടികൊണ്ടാലും വേദനിക്കുകയില്ലെന്ന് കരുതേണ്ട. രാക്ഷസന് നല്ലതുപോലെ വേദനിച്ചു. അയാൾ തിരിഞ്ഞു നോക്കി - പക്ഷേ തന്റെ കൂട്ടുകാരനെയല്ലാതെ മറ്റാരേയും അവിടെയെങ്ങും കണ്ടില്ല. ന്യായമായും തന്റെ പുറത്ത് കല്ലിട്ടതും തലയ്ക്ക് അടിച്ചതും കൂട്ടുകാരൻ തന്നെ ആയിരിക്കണമെന്ന് അയാൾ സംശയിച്ചു.

"എടേ. നീ എന്തിനാ എന്റെ തലയ്ക്ക് കല്ലിട്ടതും ഏതോ കമ്പുകൊണ്ട് എന്റെ തലയ്ക്ക് തല്ലിയതും?"

"കൂട്ടുകാരാ, ഞാനങ്ങിനെയൊന്നും ചെയ്തില്ലല്ലോ. നീ എന്താ സ്വപ്നം കണ്ടോ?"

"സ്വപ്നം കണ്ടതൊന്നുമല്ല. എനിക്ക് നന്നായി വേദനിച്ചു. ഇത്തരം കളിയൊന്നും എന്റെയടുത്തു വേണ്ടാ, കേട്ടോ."

പിന്നീട് അവർ രണ്ടുപേരും അൽപം നീരസത്തോടെ പരസ്പരം ഒന്നും പറയാതെ ഇരുന്ന സമയത്ത് ഗ്ലോക്ക് മറ്റേ രാക്ഷസന്റെ തലക്ക് ഒരു കല്ലെറിയുകയും കമ്പുകൊണ്ട് പുറത്ത് കുത്തുകയും ചെയ്തു. വേദന സഹിക്കാതെ അയാൾ ചാടി എഴുന്നേറ്റ് ചോദിച്ചു:

"അപ്പൊ ഞാൻ പറഞ്ഞിട്ടും നിനക്ക് വിശ്വാസമായില്ല. അല്ലേ?. എന്നെ വിശ്വസിക്കാതെ നീ പകരം വീട്ടുകയാണ്. അല്ലേ? ഇങ്ങനെയെങ്കിൽ നിന്നെ ഞാൻ വിട്ടുവെയ്ക്കത്തില്ല, പറഞ്ഞേക്കാം."

"ഓ, അപ്പോൾ കാര്യം അങ്ങനെയോ. നീ എന്നെ എന്തുചെയ്യുമെന്നാ. കാണട്ടെ. നിന്നേക്കാൾ ബലത്തിൽ ഒട്ടും കുറവല്ല ഞാനെന്ന കാര്യം നിനക്കറിയാമല്ലോ." അങ്ങനെ ഒന്നു രണ്ടു പ്രാവശ്യം വിട്ടുവിട്ട് കാര്യങ്ങൾ നീങ്ങിയപ്പോൾ രാക്ഷസന്മാർ പരസ്പരം വഴക്കുകൂടുകയും ഒരു യുദ്ധക്കളത്തിലെന്നതുപോലെ പോരാടുകയും ചെയ്തു. കുറച്ചുനേരം പോരാടി രണ്ടുപേരും ക്ഷീണിച്ച് അവശരായിക്കിടന്ന സമയം നോക്കി ഗ്ലോക്ക്

പോടിനുവെളിയിൽ ചെന്ന് തന്റെ കയ്യിലുണ്ടായിരുന്ന വാളുകൊണ്ട് രണ്ടുപേരെയും കഴുത്തിൽ കുത്തി കൊല്ലുകയും ചെയ്തു. അതിനുശേഷം ഒരു വിജയിയെപ്പോലെ മടങ്ങിച്ചെന്ന ഗ്ലോക്കിനെ രാജകൊട്ടാരത്തിൽ എല്ലാവരും തികഞ്ഞ അതിശയത്തോടെയും ബഹുമാനത്തോടെയും സ്വീകരിച്ചു. എല്ലാവരുടേയും കണ്ണിൽ രാക്ഷസന്മാരെ വധിച്ച് തങ്ങളുടെ ഗ്രാമത്തെ രക്ഷിച്ച വീരപരാക്രമിയും ശക്തിമാനുമായി ഗ്ലോക്ക് മാറി. രാജാവിന്റെ മകളെ വിവാഹം കഴിച്ച് താനാഗ്രഹിച്ചിരുന്നതുപോലെ നല്ലൊരു ജീവിതം ഗ്ലോക്കിന് കിട്ടുകയും ചെയ്തു.

പക്ഷേ, വീണ്ടും ഒരു പരീക്ഷണം ഗ്ലോക്കിനെ കാത്തിരുന്നു. ചില വർഷങ്ങൾക്കുശേഷം അടുത്ത ഗ്രാമക്കാർ (രാജ്യക്കാർ) അവരുടെ ദേശത്തെ ആക്രമിക്കാൻ തുടങ്ങി. അത്തരം ഒരവസരത്തിൽ, തങ്ങളുടെ കൂടെയുണ്ടായിരുന്ന അതിശക്തിമാനായ രാജാവിന്റെ സ്വന്തം മരുമ കന്റെ നേതൃത്വം അവർ ആഗ്രഹിച്ചു. അദ്ദേഹത്തിനല്ലാതെ വേറെ യാർക്കാണ് അക്രമികളെ നേരിടാനുള്ള ശക്തിയും ചങ്കുറ്റവുമുണ്ടാവുക. മാത്രമല്ല അത് അദ്ദേഹത്തിന്റെ ചുമതലയും ആയിരുന്നല്ലോ. ഗ്ലോക്കിന് ഒരു കാരണവശാലും ഒഴിഞ്ഞു മാറിനിൽക്കാൻ കഴിയാത്ത ഒരു സന്ദർ ഭമായിരുന്നു അത്. ഗ്ലോക്കിന് കുതിരസ്സവാരി അത്ര വശമില്ലായിരുന്നു വെങ്കിലും നാട്ടിലെ ഏറ്റവും ശക്തിയും വേഗതയും കൂടിയ പടക്കുതിര യെത്തന്നെ രാജാവ് ഗ്ലോക്കിനുവേണ്ടി ഒരുക്കി. മറ്റു നിർവ്വാഹമില്ലാതെ ഗ്ലോക്ക് കുതിരപ്പുറത്തുകയറി ഭടന്മാരുമൊത്ത് ആക്രമകാരികളുടെ സങ്കേതത്തിലേക്ക് തിരിച്ചു. കുതിരസ്സവാരി പരിചയമില്ലാതിരുന്ന ഗ്ലോക്കിന് കുതിരയെ എങ്ങനെ നിയന്ത്രിക്കണമെന്ന് അറിയില്ലായിരു ന്നു. അതുകൊണ്ട് പരാക്രമശീലമുള്ള കുതിര അതിന്റെ ശക്തിമുഴുവനുമെ ടുത്ത് വേഗം - കഴിയുന്നതിന്റ പരമാവധി വേഗത്തിൽ ഓടാൻ തുടങ്ങി. മുന്നിലുണ്ടായിരുന്ന തടസ്സങ്ങൾ ഒന്നും അതിന് പ്രശ്നമായിരുന്നില്ല. മുന്നിൽ കണ്ടതെല്ലാം തകർത്തുകൊണ്ട് ഭ്രാന്തുപിടിച്ചമാതിരി കുതിര ഓടി. ഒരാശ്വാസം കുതിര ഓടിയത് അക്രമികൾ നിരന്ന്നിന്നിരുന്ന സ്ഥലത്തേക്കുതന്നെ ആയിരുന്നു എന്നതായിരുന്നു.

വഴിയിൽ ഹീനകൃത്യങ്ങൾക്ക് മരണശിക്ഷവിധിക്കപ്പെട്ടവരെ തൂക്കിലിടാൻ ഉപയോഗിച്ചിരുന്ന ഒരു പഴയ തൂക്കുമരം നിൽപ്പുണ്ടായി രുന്നു. കുതിര ആ തൂക്കുമരത്തിന്റെ കീഴിൽക്കൂടി കുതിച്ചോടി. അങ്ങനെ ഓടിയപ്പോൾ പഴകിപ്പോയ തൂക്കുമരം കാലുകളൊടിഞ്ഞ് കുതിരയുടെ കഴുത്തിൽ വീണു. കുതിര അതൊന്നും പ്രശ്നമാക്കാതെ കഴുത്തിൽ കഴുകുമരവുമായി (തൂക്കുമരം) പുറത്ത് ഗ്ലോക്കിനെയും വഹിച്ചുകൊണ്ട് ഓടിച്ചെന്ന കാഴ്ച തികച്ചും ഭയാനകമായിരുന്നു. ദൂരെനിന്നും ആ

കാഴ്ചകണ്ട അക്രമികൾ ഭയന്നുപോയി. മാത്രമല്ല, അവരെല്ലാം ഗ്ലോക്ക് - രാക്ഷസന്മാരെ വധിച്ച ഗ്ലോക്ക് എന്ന പരാക്രമിയെക്കുറിച്ച് നേരത്തെ കേട്ടിട്ടുമുണ്ടായിരുന്നു. അതുകൊണ്ട് അവർ ഓരോരുത്തരും ഉച്ചത്തിൽ വിളിച്ചുപറഞ്ഞു:

“കൂട്ടരേ, നോക്ക്, നോക്ക്. ശക്തിമാനായ ഗ്ലോക്ക് നമ്മൾ ഓരോരുത്തരേയും പിടിച്ച് തൂക്കിലിടാനായി തൂക്കുമരവുമായി കുതിരപ്പുറത്ത് വരുന്നുണ്ട്. ഇനി രക്ഷയുണ്ടെന്ന് തോന്നുന്നില്ല. ഓടിക്കോ, വേഗം ഓടിക്കോ.”

“ഓടിക്കോ കൂട്ടരേ, ഓടിക്കോ.” ആ കൂട്ട നിലവിളി അവിടെയെല്ലാം മുഴങ്ങിക്കേട്ടു. അൽപനിമിഷങ്ങൾക്കുള്ളിൽ അക്രമികൾ അവിടെനിന്നും അപ്രത്യക്ഷരായി - ഒന്നടങ്കം രക്ഷപ്പെട്ടു എന്നു പറഞ്ഞാൽ അതിശയോക്തിയാകില്ല. ഗ്ലോക്കിനൊപ്പമുണ്ടായിരുന്ന മറ്റു ഭടന്മാർ അവിടെയെത്തിയപ്പോൾ കണ്ടത് വിജയശ്രീമാനായി നിന്നിരുന്ന ഗ്ലോക്കിനെ മാത്രമാണ്. അവർ ഗ്ലോക്കിനെ വാനോളം പുകഴ്ത്തി.

അങ്ങനെ ജോണി ഗ്ലോക്കിന് തികച്ചും അപ്രതീക്ഷിതമായ രീതിയിൽ ആ പ്രതിസന്ധിയും വിജയകരമായി തരണം ചെയ്യാൻ കഴിഞ്ഞു. പിന്നീട് വളരെക്കാലം സന്തോഷത്തോടെ അവിടെ ജീവിച്ച ജോണിഗ്ലോക്ക് എന്ന തയ്യൽക്കാരൻ ആ നാടിന്റെ രാജാവാകുകയും ചെയ്തു.

കീറത്തുണിക്കാരിപ്പെണ്ണ്

സിൻഡ്രല എന്ന പെൺകുട്ടിയുടെ ലോകപ്രസിദ്ധമായ കഥ നിങ്ങൾ വായിച്ചിട്ടില്ലേ?. എല്ലാവിധത്തിലും സ്വജനങ്ങളാലും ബന്ധുക്കളാലും നിരാകരിക്കപ്പെട്ട സൽസ്വഭാവിയും സുന്ദരിയുമായ ഒരു പെൺകുട്ടിയുടെ കഥ - ആ പെൺകുട്ടിയെ വളരെ വിചിത്രവും അദ്ഭുതകരവുമായ സാഹചര്യങ്ങളിൽ കണ്ടുമുട്ടുകയും, ഇഷ്ടപ്പെടുകയും, സ്നേഹിക്കുകയും, ഭാര്യയായി സ്വീകരിക്കുകയും ചെയ്ത ഒരു രാജകുമാരന്റെ കഥ; ഒരു പക്ഷേ, സ്കോട്ട്ലാൻഡിൽ നിന്നുള്ള ഈ കഥ സിൻഡ്രലയുടെ കഥയുടെ തദ്ദേശവാസികളുടെ ഇടയിൽ പ്രചാരത്തിലുണ്ടായിരുന്ന ഒരു പാഠഭേദമാണെന്നും വരാം.

പണ്ട് പണ്ട്, സ്കോട്ടലാൻഡിൽ ഒരു കടലോരത്ത് വലുതും സുന്ദരവുമായ ഒരു കൊട്ടാരത്തിൽ വൃദ്ധനായ ഒരു പ്രഭു ജീവിച്ചിരുന്നു; തികഞ്ഞ ഏകാന്തതയിൽ എന്ന് പറയാം. പ്രഭു ആരോടും സംസാരിക്കാതെ, പ്രത്യേകിച്ച് ഒരു ജോലിയും ചെയ്യാതെ എപ്പോഴും കടലിലേക്ക് നോക്കി ഇരിക്കുമായിരുന്നു. കൊട്ടാരത്തിലെ പ്രധാന ജോലിക്കാരി (വൃദ്ധയായ പരിചാരിക) മുന്നിൽവെയ്ക്കുന്ന ആഹാരത്തിൽ എന്തെങ്കിലും അൽപം കഴിക്കും - ജീവൻ നിലനിർത്താൻ ആവശ്യമായ അത്രമാത്രം. താൻ ഒരിക്കലും കണ്ടിട്ടില്ലാത്ത ഒരു പേരക്കുട്ടി (കൊച്ചുമകൾ) അല്ലാതെ അദ്ദേഹത്തിന് മറ്റ് സ്വന്തബന്ധങ്ങൾ ആരുമുണ്ടായിരുന്നില്ല. അതേ കൊട്ടാരത്തിൽ ജീവിച്ചിരുന്ന കൊച്ചുമകളുടെ മുഖം ഒരിക്കലും കാണുകയില്ലെന്ന് കുട്ടി ജനിച്ചനിമിഷം തന്നെ പ്രഭു ശപഥമെടുത്തിരുന്നു. ആ

കൊച്ചുമകളോട് അദ്ദേഹത്തിന് അത്രമാത്രം വെറുപ്പായിരുന്നു.

ആ കുട്ടി ജനിച്ചപ്പോൾ പ്രസവസമയത്ത് തന്റെ മകൾ മരിച്ചത് ഭാഗ്യദോഷിയായ ആ കുട്ടി കാരണമാണെന്ന് പ്രഭു വിശ്വസിച്ചു. അതുകൊണ്ട് കുട്ടിയെ തന്റെ മുമ്പിലേക്ക് കൊണ്ടുചെന്ന ആയയോട് (പരിചാരികയോട്) പ്രഭു കയർത്തുപറഞ്ഞു:

“കൊണ്ടുപോ, ഈ നശിച്ചവളെ എന്റെ മുമ്പിൽനിന്ന്. എന്റെ മകളുടെ മരണത്തിന് ഹേതുവായ ഇതിനെ എനിക്ക് കാണണ്ട. ഇനി ഒരിക്കലും ഞാൻ ഇതിന്റെ മുഖത്ത് നോക്കുകയില്ല. ഇത് സത്യം. കൊണ്ടുപോ. ഇനി ഒരിക്കലും ഇതിന്റെ മുഖം എന്റെ മുമ്പിൽ കണ്ടുപോകരുത്.”

അന്നു മുതൽ പ്രഭു കടലുംനോക്കി ഇരിക്കുകയല്ലാതെ മറ്റൊന്നും ചെയ്തിരുന്നില്ല. ആ കുട്ടിയെ പ്രധാന പരിചാരിക കൊട്ടാരത്തിൽ തന്നെ വളർത്തി; എന്തൊക്കെ ആയാലും ആ കൊട്ടാരത്തിന്റെയും സ്വത്തുക്കളുടേയും പിന്തുടർച്ചാവകാശി ആ കുട്ടിയാണല്ലോ. പക്ഷേ, പ്രഭുവിന് വേണ്ടാത്ത നിസ്സഹായയായ ഒരു കുട്ടിക്ക് മറ്റാര് എന്തു പരിഗണന നൽകും. എല്ലാവരും ആ കുട്ടിയെ ഉപദ്രവിക്കാവുന്നത്ര ഉപദ്രവിച്ചു; വേദനിപ്പിച്ചു; എന്ന് മാത്രമല്ല കഴിയുന്നത്ര ക്രൂരമായി അതിനോട് പെരുമാറി. അൽപമെങ്കിലും കരുണ കാണിച്ചത് പരിചാരിക മാത്രമായിരുന്നു. കൊട്ടാരത്തിലെ ജീവനക്കാർ ഉപയോഗശൂന്യമായി വലിച്ചെറിയുന്ന കീറ വസ്ത്രങ്ങൾ മാത്രമാണ് അവൾക്ക് ധരിക്കാൻ കൊടുത്തിരുന്നത്. അതുപോലെ അവരെല്ലാം കഴിച്ചതിനുശേഷം മിച്ചം വരുന്ന ആഹാരം മാത്രമായിരുന്നു വിശപ്പടക്കാൻ അവൾക്ക് കിട്ടിയിരുന്നത്. അങ്ങനെ കീറത്തുണികൾ മാത്രം ധരിച്ച് പകുതി പട്ടിണിയുമായി നടന്നിരുന്ന അവളെ കൊട്ടാരത്തിലെ ആളുകളും അയൽവാസികളും പുച്ഛിച്ച് വിളിച്ചിരുന്നത് കീറത്തുണിക്കാരി (tattercoat) എന്നാണ്.

അങ്ങനെയൊക്കെ ആയിരുന്നെങ്കിലും അവൾ സൽസ്വഭാവിയും സുന്ദരിയുമായിരുന്നു. കഥയിലെ പ്രധാന സംഭവം നടക്കുന്നകാലത്ത് അവൾ പ്രായപൂർത്തിയായ ഒരു സുന്ദരിയായി വളർന്നു കഴിഞ്ഞിരുന്നു. എങ്കിലും അന്നുവരെയും അവളുടെ അപ്പൂപ്പൻ പ്രഭു അവളെ ഒരു നോക്ക് കാണുകയോ ഒരു വാക്ക് സംസാരിക്കുകയോ ചെയ്തിരുന്നില്ല. എങ്കിലും അവൾക്കു ചില കൂട്ടുകാരുണ്ടായിരുന്നു. അവൾ കൊട്ടാരത്തിന് വെളിയിലുള്ള പ്രദേശങ്ങളിൽ വെറുതെ ചുറ്റിത്തിരിഞ്ഞ്നടന്ന അവസരങ്ങളിൽ കണ്ടുമുട്ടിയ സ്നേഹിതർ - പരസ്പരം സംസാരിച്ച് തന്റെ സങ്കടങ്ങൾ ചിലപ്പോഴെങ്കിലും പങ്കിടാൻ അവൾക്ക് കിട്ടിയ ചങ്ങാതികളായിരുന്നു അവർ. കൊട്ടാരത്തിനടുത്തുണ്ടായിരുന്ന ഒരു

ചെറിയ ജലാശയത്തിൽ എന്നും എത്താറുണ്ടായിരുന്ന ഒരു പറ്റം താറാവുകളും അവയുടെ തീറ്റകാരനായി (മേൽനോട്ടക്കാരനും സംരക്ഷ കനും) ചെന്നിരുന്ന ഒരു പാവം ചെറുക്കനുമായിരുന്നു അവളുടെ പ്രധാന കൂട്ടുകാർ. താറാവുതീറ്റക്കാരൻ പയ്യന് ഓടക്കുഴൽപോലെയുള്ള ഒരു സംഗീത ഉപകരണം നന്നായി വായിക്കാൻ കഴിയുമായിരുന്നു. അവൻ വായിക്കുമ്പോൾ അതിൽക്കൂടി കേൾക്കുന്ന സംഗീതം വളരെയേറെ സന്തോഷവും, സുഖവും, സാന്ത്വനവും നൽകുന്നതായിരുന്നു. അവൾ ചോദിക്കുമ്പോഴൊക്കെ അവൻ സന്തോഷത്തോടെ ആ ഓടക്കുഴൽ അവൾക്കുവേണ്ടി വായിക്കുമായിരുന്നു. ആ സംഗീതവും താറാവുകളോട് സംസാരിക്കുമ്പോൾ അവ ചുറ്റും സ്നേഹത്തോടെയെന്നതുപോലെ വട്ട മിട്ട് നടക്കുന്നതും മാത്രമായിരുന്നു അവൾക്ക് ജീവിതത്തിൽ കിട്ടിയ സന്തോഷമുള്ള അനുഭവങ്ങൾ. ചിലപ്പോൾ അവൾ ആ താറാവുകളുടെ നടുവിൽനിന്ന് നൃത്തമാടുമായിരുന്നു എന്നതും ഒരു സത്യമാണ്.

അങ്ങനെയിരിക്കുമ്പോൾ അവിടത്തെ രാജാവ് അടുത്തദിവസം ഒരു ചെറിയ ഘോഷയാത്രയായി അതുവഴി വരുന്നുണ്ടെന്ന വിവരം അറി യാനിടയായി. അവൾക്കും ആ ഘോഷയാത്ര ഒന്നു കണ്ടാൽ കൊള്ളാ മെന്ന് ഒരാഗ്രഹം തോന്നി. അവൾ തന്റെ ആഗ്രഹം പരിചാരികയോട് പറയുകയും ചെയ്തു. അടുത്ത പ്രഭാതത്തിൽ രാജാവിന്റെയടുക്കൽനിന്നും പ്രഭുവിനും ക്ഷണക്കത്ത് എത്തുകയുണ്ടായി. രാജാവിന്റ ക്ഷണക്കത്ത ല്ലേ - അത് വെറുതെ തള്ളിക്കളയാവുന്നതല്ലല്ലോ - അങ്ങനെ ചെയ്യുന്നത് ശരിയുമല്ല. അതുകൊണ്ട് പ്രഭു തന്റെ ദൈനംദിന ജീവിതരീതി മാറ്റിവച്ച് രാജാവിന്റെ ഘോഷയാത്രയിലും തുടർന്നുള്ള സദ്യയിലും പങ്കെടുക്കാൻ തീരുമാനിച്ചു. അതിനുവേണ്ട ഒരുക്കങ്ങളാരംഭിച്ചു. പലവർഷങ്ങൾക്കു ശേഷം ആദ്യമായി മുഖം വടിച്ചു, കുളിച്ചു, നല്ല വസ്ത്രങ്ങൾ തിരഞ്ഞെടുത്ത് ഒരു പ്രഭുവിന്റെ അന്തസിന് ചേരുന്ന രീതിയിൽ വസ്ത്രധാരണം ചെയ്തു. അങ്ങനെ പ്രഭു ഒരുങ്ങിക്കൊണ്ടിരുന്ന സമയത്ത് പരിചാരിക അടുത്തു ചെന്ന് പറഞ്ഞു:

“യജമാനനേ, അങ്ങിന്ന് സന്തോഷത്തിലാണ്. കഴിഞ്ഞതൊ ക്കെ കഴിഞ്ഞു എന്ന് ചിന്തിക്കാനുള്ള സമയമായി. അങ്ങ് ഇന്നുവരെ അങ്ങയുടെ കൊച്ചുമകളോട് ഒരു വാക്കുപറയുകയോ, ഒരു ചെറിയ സ്നേ ഹപ്രകടനം കാണിക്കുകയോ ചെയ്തിട്ടില്ല. ഇന്നത്തെ ഈ നല്ല ദിവസം രാജാവിന്റെ ഘോഷയാത്രകാണാൻ ആ കുട്ടിക്ക് വളരെ ആഗ്രഹമുണ്ട്. അങ്ങ് കനിഞ്ഞ്, ദയവായി കൊച്ചുമകളെക്കൂടി ഘോഷയാത്രയ്ക്ക് അങ്ങ യോടൊപ്പം കൂട്ടിക്കൊണ്ടുപോയാൽ വളരെ നന്നായിരിക്കും. ഇതെന്റെ ഒരു എളിയ അഭിപ്രായമാണ് - അപേക്ഷയാണ്.”

"ഛീ, എന്തുപറഞ്ഞു. ആ നശ്ചലത്തിന്റെ മുഖം ഞാനൊരിക്കലും കാണാൻ ആഗ്രഹിക്കുന്നില്ലെന്ന് പറഞ്ഞിട്ടുള്ളതല്ലേ. കാണുകയില്ലെന്ന് ശപഥം ചെയ്തിട്ടുള്ളത് നിനക്കറിഞ്ഞുകൂടേ. അതുകൊണ്ട് ഇത്തരം സഹതാപ പ്രകടനങ്ങളൊന്നും എനിക്ക് കേൾക്കേണ്ട. കടന്ന് പോയ്ക്കോ, എന്റെ മുന്നിൽനിന്ന്."

പിന്നീട് കൊട്ടാരത്തിൽ ആരും അതിനെക്കുറിച്ച് സംസാരിച്ചില്ല. എങ്കിലും ആ കീറത്തുണിക്കാരിപ്പെണ്ണ് പതിവുപോലെ ചുറ്റിനടന്ന് അവളുടെ കൂട്ടുകാരുടെ അടുത്തെത്തി. അന്ന് അവൾ വളരെയധികം സങ്കടം മനസ്സിൽ അടക്കിപ്പിടിച്ച് നടക്കുകയായിരുന്നു. അവളുടെ മനസ്സിലെ സങ്കടത്തിന്റെ ആഴം അവളുടെ കൂട്ടുകാർക്ക് മനസ്സിലാവുകയും ചെയ്തു.

"ചേച്ചീ, ചേച്ചിയെന്താ ഇന്ന് ഒരുപാട് ദുഃഖിതയാണല്ലോ. എന്താ കാര്യമെന്ന് ഞങ്ങളോട് പറയൂ ചേച്ചീ." ആ താറാവ് തീറ്റക്കാരൻ പയ്യൻ അവളോട് പറഞ്ഞു.

അതുകേട്ട് അവൾ പൊട്ടിക്കരഞ്ഞുകൊണ്ട് എല്ലാ വിവരങ്ങളും പറഞ്ഞു. രാജാവിന്റെ ഘോഷയാത്ര കാണാനുള്ള അവളുടെ ആഗ്രഹത്തെക്കുറിച്ചും അത് സാധ്യമല്ലാത്തതിൽ അവൾക്കുള്ള വിഷമത്തെക്കുറിച്ചും പറഞ്ഞു. അതെല്ലാം കേട്ട താറാവുതീറ്റക്കാരൻ വീണ്ടും അവളെ ആശ്വസിപ്പിച്ചുകൊണ്ട് പറഞ്ഞു:

"ഇത്രേയുള്ളോ ചേച്ചീ. ചേച്ചി സന്തോഷമായിട്ടിരിക്കൂ. നമുക്ക് തീർച്ചയായും ആഘോഷയാത്ര കാണാൻ പോകാം ചേച്ചി. ചേച്ചി മുഖമൊക്കെ കഴുകി ഒന്ന് വൃത്തിയായിട്ടുവാ."

"ഓ, അതൊന്നും സാധിക്കില്ല. എല്ലാം എന്റെ വിധി." എന്ന് പറഞ്ഞുകൊണ്ട് അവൾ കണ്ണീർ തുടയ്ക്കുകയും മുഖം കഴുകുകയും ചെയ്തു.

അപ്പോൾ അവൾ ഒട്ടും പ്രതീക്ഷിക്കാത്തവിധം അവൻ അവളുടെ കൈപിടിച്ചുവലിച്ചുകൊണ്ട് പറഞ്ഞു: "വാ, ചേച്ചീ വാ. നമ്മൾ രാജാവിന്റെ ഘോഷയാത്ര കാണാൻ പോകുന്നു. ചേച്ചി, വാ."

അവൻ അവളുടെ കയ്യിൽനിന്ന് പിടുത്തം വിടാതെതന്നെ അവന്റെ ഓടക്കുഴൽ വായിക്കാൻ തുടങ്ങി. - അതീവസുന്ദരമായ സന്തോഷം നിറഞ്ഞ ഒരു ഗാനം. അവന്റെ താറാവുകൾ അവരെ രണ്ടുപേരെയും ചുറ്റി നൃത്തമാടാനും തുടങ്ങി. അങ്ങനെ അവരുടെ വിചിത്രമായ ജാഥ പാട്ടും നൃത്തവുമായി പ്രധാന തെരുവിൽക്കൂടി മുന്നോട്ട് നടന്നു. കണ്ടവർ കണ്ടവർ ആ ആഹ്ലാദകരമായ കാഴ്ച വഴിയോരങ്ങളിൽനിന്ന് നോക്കിക്കണ്ടു. എല്ലാവർക്കും ഇഷ്ടപ്പെട്ട അവരുടെ ജാഥ നഗരത്തിലെ

പ്രധാനസ്ഥലം നോക്കി മുന്നോട്ട് നീങ്ങിക്കൊണ്ടിരുന്നു. അപ്പോൾ, വളരെ സുമുഖനായ നല്ലവിധം വസ്ത്രങ്ങൾ ധരിച്ച ഒരു ചെറുപ്പക്കാരൻ കുതിരപ്പുറത്തുവന്ന് അവരുടെ അടുത്തിറങ്ങി. ചോദിച്ചു:

"നിങ്ങൾ എങ്ങോട്ടാണ്? നിന്റെ പാട്ടും ഈ പെൺകുട്ടിയുടെ നൃത്തവും നന്നായിട്ടുണ്ട്. തികച്ചും ആഹ്ലാദം തരുന്ന തരത്തിലായിട്ടുണ്ട്. എങ്ങോട്ടുപോകുന്നു?"

താറാവുകാരൻ പയ്യൻ പറഞ്ഞു:

"ഞങ്ങൾ രാജാവിന്റെ കൊട്ടാരത്തിലേക്ക് - അതിനുമുമ്പിൽ നടക്കുന്ന ഘോഷയാത്രയിലും പങ്കെടുക്കണം."

"ഓ, അങ്ങനെയോ. ഞാനും അങ്ങോട്ടുതന്നെയാണ്. കുറച്ചുനേരം ഞാനും നിങ്ങളോടൊപ്പം നടക്കാം. നിങ്ങളുടെ പാട്ട് കേൾക്കാനും നൃത്തം കാണാനും നല്ലരസം."

ആ യുവാവും അവരോടൊപ്പം നടന്നു. ആ സമയമെല്ലാം യുവാവ് നൃത്തംചെയ്തുകൊണ്ട് മുന്നോട്ട് നടന്നിരുന്ന കീറത്തുണിക്കാരിയെ ശ്രദ്ധിക്കുന്നുണ്ടായിരുന്നു. അയാൾ വിചാരിച്ചു. 'ഇവളുടെ വസ്ത്രങ്ങൾ കീറിപ്പറിഞ്ഞവയാണെങ്കിലും ഇവൾ ഒരു സുന്ദരിയാണ്. സംശയമില്ല. ഇവളുടെ നൃത്തച്ചുവടുകളും വളരെ ആകർഷണീയമായിരിക്കുന്നു. '

അങ്ങനെ അവരൊന്നിച്ച് നടന്ന സമയമെല്ലാം താറാവുതീറ്റക്കാരൻ പയ്യൻ അതിമധുരമായി, ഹരം പിടിപ്പിക്കുന്ന സുന്ദരഗാനങ്ങൾ ഓടക്കുഴലിൽ ആലപിച്ചുകൊണ്ടിരുന്നു. ആ യുവാവിന്ന് അതെല്ലാം വളരെ ഇഷ്ടപ്പെട്ടു. അവളോട് സ്നേഹവും ഇഷ്ടവും തോന്നി. യാതൊരുമടിയുമില്ലാതെ അയാൾ അവളോട് പറഞ്ഞു:

"ഹേ, പെൺകുട്ടീ. നീ വളരെ സുന്ദിരിയായിരിക്കുന്നു.."

അവൾ അത് കേട്ടതായി നടിച്ചില്ല. എങ്കിലും അൽപസമയത്തിനു ശേഷം യുവാവ് വീണ്ടും അവളോട് ചോദിച്ചു:

"ഹേ, സുന്ദരിപ്പെണ്ണേ. എനിക്ക് നിന്നെ വളരെ ഇഷ്ടമായി. എനിക്ക് നിന്നെ വിവാഹം കഴിക്കണമെന്നുണ്ട്. എന്താ, നിനക്ക് സമ്മതമാണോ?"

അവൾ ചിരിച്ചുകൊണ്ട് മറുപടി പറഞ്ഞു:

"എന്നെപ്പോലെ കീറത്തുണികളും ധരിച്ചുനടക്കുന്ന ഭാഗ്യദോഷിയായ ഒരുവളെ ആരും കല്യാണം കഴിക്കില്ല. അതിലും പ്രത്യേകിച്ച് അങ്ങയെപ്പോലുള്ള സമ്പന്നർ. വെറുതെ വിടുവാക്കുകൾ പറയാതെ

സത്യമായും സുന്ദരിയായ ഒരു നല്ല സമ്പന്നയായ പെൺകുട്ടിയെ വിവാഹം കഴിക്കാൻ നോക്കൂ.''

അയാൾ വീണ്ടും പറഞ്ഞു:

“സത്യമായും നീ സുന്ദരിയാണ്. ഞാൻ നിന്നെ ഇഷ്ടപ്പെടുന്നു. വിവാഹം കഴിക്കാൻ ആഗ്രഹിക്കുന്നു. സത്യം.''

“എന്നെപ്പോലെ താറാക്കൂട്ടത്തിൽ നടക്കുന്ന ഒരാളെ വിവാഹം കഴിച്ചാൽ താങ്കളെ ആളുകൾ പരിഹസിക്കും. അതുകൊണ്ട് എന്നെ മറന്നേക്കൂ. ഇന്ന് രാജസദസിൽ വരുന്ന ഏതെങ്കിലും വിശിഷ്ടയായ ഒരു പ്രഭുകുമാരിയെ വിവാഹം കഴിക്കുന്നതായിരിക്കും ഉചിതം. അതാണ് താങ്കൾക്ക് എല്ലാ വിധത്തിലും നല്ലതും ചേരുന്നതും.''

അവൾ വിസമ്മതം പ്രകടിപ്പിച്ച ഓരോ നിമിഷവും അയാൾക്ക് അവളെക്കുറിച്ചുള്ള മതിപ്പും അവളോടുള്ള സ്നേഹവും കൂടുതൽ ദൃഢമായി. ഒടുവിൽ അയാൾ പറഞ്ഞു:

“നിങ്ങൾ രാജകൊട്ടാരത്തിലേക്കാണെന്നല്ലേ പറഞ്ഞത്. നിങ്ങൾ തീർച്ചയായും കൊട്ടാരത്തിൽ നടക്കുന്ന വിരുന്നു സമയത്ത് അവിടെ എത്തണം. ഇത് എന്റെ ഒരു അപേക്ഷയാണ്. ഞാനും അവിടെ ഉണ്ടാകും. എല്ലാവരുടേയും മുമ്പിൽ ഞാൻ നിന്നെ വിളിക്കുകയും മറ്റുള്ളവർക്ക് പരിചയപ്പെടുത്തുകയും എനിക്ക് നിന്നോടുള്ള സ്നേഹവും താൽപര്യവും പരസ്യമായി വെളിപ്പെടുത്തുകയും ചെയ്യുന്നതാണ്. ഇത് സത്യം. നിങ്ങൾ വരാതിരിക്കരുത്. തീർച്ചയായും വരണം.''

അവൾ എന്തെങ്കിലും മറുപടി പറയുന്നതിനുമുമ്പ് താറാവുകാരൻ പയ്യൻ പറഞ്ഞു:

“ഞങ്ങൾ തീർച്ചയായും വരും. സംശയം വേണ്ട.''

“എങ്കിൽ എനിക്ക് പോകാൻ സമയമായി. വൈകിട്ട് കാണാം.'' അയാൾ കുതിരപ്പുറത്തുകയറി വേഗം പോവുകയും ചെയ്തു.

“ഏ, കുട്ടുകാരാ. നീ എന്താ പറഞ്ഞത്? ഈ കീറത്തുണികളും ധരിച്ച് രാജസദസ്സിൽ പോകുമെന്നോ? ഇങ്ങനെ അവിടെ ചെന്നാൽ നമ്മളെ ശിപായിമാർ ആട്ടി അടിച്ച് പുറത്താക്കും. ഞാനത്തരം സാഹസങ്ങൾക്കൊന്നുമില്ല.''

“ചേച്ചീ. ചേച്ചി അതൊന്നും വിചാരിച്ച് വിഷമിക്കേണ്ട. ചേച്ചി വെറുതെ എന്റെ കൂടെ വന്നാൽ മതി. നമ്മുടെ താറാവുകൾ നൃത്തമാടി മുന്നോട്ട് നടക്കുമ്പോൾ ചേച്ചി അവയുടെ നടുവിൽ നൃത്തമാടി നടന്നാൽ മാത്രം മതി. മറ്റൊന്നും ആലോചിക്കേണ്ട.''

അങ്ങനെ അവർ പ്രധാനവീഥിയിലൂടെ ആടിപ്പാടി മുന്നോട്ട് നടന്നു. കുറച്ചുദൂരം മുന്നോട്ട് പോയിക്കഴിഞ്ഞപ്പോൾ താറാവുകാരൻ പറഞ്ഞു:

"ചേച്ചീ, നോക്കൂ. രാജാവിന്റെ ഘോഷയാത്ര നമുക്ക് തൊട്ടുമുന്നിലായി പോകുന്നു. അധികം താമസിയാതെ അവർ കൊട്ടരത്തിലെത്തും. നമുക്ക് അൽപം വേഗത്തിൽപോയി ഘോഷയാത്രയുടെ പിന്നിൽ ഘോഷയാത്രയുടെ ഭാഗം എന്നതുപോലെ കൂടാം. വേഗം വാ."

അവർ ഘോഷയാത്രയുടെ ഏറ്റവും പിന്നിലെ കണ്ണിയായി അവരോടൊപ്പം ചേർന്ന് നടന്നു. കാണികൾ അവരും ഘോഷയാത്രയുടെ ഭാഗമാണെന്ന് വിശ്വസിച്ചു. പലരും അവരെ അതിശയത്തോടെ നോക്കി അഭിനന്ദിക്കുകയും ചെയ്തു.

നേരം ഏതാണ്ട് ഇരുട്ടാകാൻ തുടങ്ങുന്ന സമയം. കൊട്ടാരവും പരിസരവും പ്രകാശമാനമായി അലങ്കരിക്കപ്പെട്ടിരുന്നു. രാജാവും, ബന്ധുക്കളും, പ്രഭുക്കന്മാരും, ഉദ്യോഗസ്ഥരും, പരിചാരകരും നൃത്തശാലയിൽ പ്രവേശിച്ചു. ഘോഷയാത്രയിൽ പങ്കെടുത്തിരുന്ന കലാകാരന്മാർ അവരുടെ പരിപാടികൾ ഒന്നൊന്നായി രാജസഭയിൽ അവതരിപ്പിച്ചു പിൻവാങ്ങി. ക്ഷണം സ്വീകരിച്ചെത്തിയിരുന്ന ഉദ്യോഗസ്ഥരും പ്രഭുക്കന്മാരും ബന്ധുജനങ്ങളും പൗരമുഖ്യരുമെല്ലാം കലാകാരന്മാരെ കൈകൊട്ടി വരവേൽക്കുകയും പ്രോത്സാഹിപ്പിക്കുകയും ചെയ്തുകൊണ്ടിരുന്നു. സമയംപോയത് അറിഞ്ഞതേയില്ല. കാരണം, അത്രമാത്രം സന്തോഷകരമായും ആർഭാടത്തോടെയുമാണ് ചടങ്ങുകൾ നടന്നിരുന്നത്. സമയം കൃത്യം പന്ത്രണ്ടു മണിയായപ്പോൾ കീറത്തുണിക്കാരിയും താറാവുകളും നൃത്തമാടി രാജസഭയിലെത്തി. പുറകിൽ ആരും കേൾക്കാൻ ഇഷ്ടപ്പെടുന്ന ശ്രവണസുന്ദരമായ പാട്ടുകളുമായി താറാവുകാരൻ പയ്യനും - അവന്റെ സാധാരണവേഷത്തിൽ. സദസ്സിലുണ്ടായിരുന്ന അധികപേരും അവരും ഘോഷയാത്രയുടെ ഭാഗമാണെന്ന് കരുതി. അതുകൊണ്ട് ആരും അവരെ തടഞ്ഞതുമില്ല. പക്ഷേ, ചില പ്രഭുക്കന്മാരും പ്രഭ്വികളും കീറത്തുണിധരിച്ച് രാജസഭയിലെത്തിയ പെണ്ണിനെ അപഹസിച്ചു അടക്കിച്ചിരിക്കുകയും പരിഹാസവാക്കുകൾ പറയുകയും മറ്റും ചെയ്തിരുന്നുവെങ്കിലും ഭൂരിപക്ഷമാളുകളും അതെല്ലാം അവഗണിച്ചു.

ആ സമയത്ത് മേടയിൽ രാജാവിന്റെ തൊട്ടടുത്തിരുന്നിരുന്ന യുവാവ് എഴുന്നേറ്റ് ആ നൃത്തക്കാരിയുടെ അടുത്തെത്തി. അയാൾ കീറത്തുണിക്കാരിപ്പെണ്ണിനെ തന്റെ അടുക്കലേക്ക് വിളിച്ച് അവളുടെ കൈകളിൽ ചുംബിച്ചു. കണ്ടുനിന്നവർ തികച്ചും അതിശയിച്ചുപോയി.

ആ യുവാവ് എല്ലാവരും കേൾക്കെ രാജാവിനെ അഭിസംബോധന ചെയ്തുകൊണ്ട് ഉറക്കെ പറഞ്ഞു:

"അച്ഛാ, ഇന്ന് ഈ ചടങ്ങിൽവെച്ച് എന്റെ ഭാവി വധുവിനെ തിരഞ്ഞെടുക്കാൻ അച്ഛനെന്നോട് പറഞ്ഞിട്ടില്ലേ; അങ്ങനെ ചെയ്യണമെന്നല്ലേ അച്ഛൻ ആഗ്രഹിക്കുന്നത്? ആരെ വേണമെങ്കിലും തിരഞ്ഞെടുക്കാൻ അച്ഛൻ എനിക്ക് പൂർണ്ണ സ്വാതന്ത്ര്യവും തന്നിട്ടുണ്ടല്ലോ?"

അതുകേട്ട് കീറത്തുണിക്കാരി അതിശയിച്ചുപോയി. കാലത്ത് തന്നോട് വിവാഹാഭ്യർഥന നടത്തിയ യുവാവ് രാജകുമാരനായിരുന്നുവെന്ന് അവൾക്ക് വിശ്വസിക്കാനായില്ല.

"അതേ മകനേ. നീ ഇന്ന് ഇവിടെവെച്ച് തിരഞ്ഞെടുക്കുന്ന പെൺകുട്ടി അവൾ ആരായിരുന്നാലും ഈ നാടിന്റെ ഭാവി രാജ്ഞിയാകും. ഞാൻ വാക്കുതരുന്നു."

"എങ്കിൽ അച്ഛാ, ഇതാ ഇവളാണ് എന്റെ കണ്ണുകൾക്ക് ഏറ്റവും സുന്ദരിയായവൾ. ഇവളെ ഞാൻ വളരെയധികം ഇഷ്ടപ്പെടുന്നു; വിവാഹം കഴിക്കാൻ ആഗ്രഹിക്കുന്നു."

"അങ്ങനെയാകട്ടെ മോനേ".

അദ്ദേഹം അത് പറഞ്ഞതും അവിടെ സംഭവിച്ചത് മറ്റൊരതിശയമായിരുന്നു. താറാവുകാരൻ ശബ്ദം കുറച്ച് വളരെ ഹൃദ്യമായ ഒരു പാട്ട് ആലപിക്കാൻ തുടങ്ങി. ദൂരെയെങ്ങോ ഇരുന്ന് ഒരു പക്ഷി സുന്ദരമായി പാടുന്ന വിധം ആ ശബ്ദം അവിടെയെല്ലാം നിറഞ്ഞുനിന്നു. കൂടെത്തന്നെ അവളുടെ ദേഹത്തുണ്ടായിരുന്ന കീറിപ്പറിഞ്ഞ വസ്ത്രങ്ങളോരോന്നും തിളങ്ങുന്ന വസ്ത്രങ്ങളും മരതകക്കല്ലുകളും മറ്റും പതിച്ച മോടിയേറിയ വസ്ത്രങ്ങളുമായി രൂപാന്തരപ്പെട്ടു. തലയിൽ വെട്ടിത്തിളങ്ങുന്ന പ്രകാശമുള്ള ഒരു സ്വർണ്ണ കിരീടവും. അവളുടെ കൂടെ നൃത്തമാടിയിരുന്ന താറാവുകൾ ഓരോന്നും ഓരോ പരിചാരിക ബാലന്മാരോ ബാലികമാരോ ആയി മാറി അവളുടെ പിന്നിൽ രണ്ടു നിരയായി അവളുടെ വസ്ത്രാഞ്ചലം പിടിച്ചുകൊണ്ട് നിന്നു.

ആ കാഴ്ച, രൂപമാറ്റം അവിടെയുണ്ടായിരുന്ന എല്ലാവരേയും തികഞ്ഞ അതിശയത്തിലാഴ്ത്തി.

രാജാവ് സ്വയം എഴുനേറ്റ് മേടയിൽനിന്ന് താഴെയിറങ്ങി അവളുടെ കൈ പിടിച്ച് അവളെ മേടയിലേക്ക് കൊണ്ടുപോയി തന്നോടൊപ്പം എല്ലാവർക്കും കാണത്തക്കവിധം നിർത്തിക്കൊണ്ട് പറഞ്ഞു:

"ഇതാണ് ഞങ്ങളുടെ മരുമകൾ - ഈ നാടിന്റെ വരുംകാല രാജ്ഞി."
സദസ്സിലുണ്ടായിരുന്നവരെല്ലാം ആ വാക്കുകൾ കരഘോഷത്തോടെ

സ്വീകരിച്ചു. പക്ഷേ, അവളുടെ മുത്തച്ഛൻ പ്രഭു മാത്രം അവിടെ നിന്നും ഇറങ്ങി സ്വന്തം കൊട്ടാരത്തിലേക്ക് മടങ്ങി. അവിടെ ഒരു മൂശേട്ടയെപ്പോലെ മുഖം വീർപ്പിച്ച് ഇരുന്നു. തന്റെ ശപഥം മറക്കാൻ ആ പ്രഭുവിന് കഴിയുമായിരുന്നില്ല. എങ്കിലും നാട്ടിൽ എല്ലാവരും സന്തോഷത്തോടെ പറഞ്ഞു:

"നമ്മുടെ രാജകുമാരന്റെ ഭാര്യ തികച്ചും സുന്ദരിയാണ്. നല്ലപ്രകൃതക്കാരിയുമാണ്. അവർ തമ്മിൽ എത്രനല്ല ചേർച്ച, അല്ലേ?''

മുട്ട

ഈ കഥ (Scottish folktales and legends A Chickens from Boiled Eggs) വായിച്ചപ്പോൾ എന്റെ ജീവിതത്തിലുണ്ടായ രണ്ട് സംഭവങ്ങൾ ഓർമ്മവന്നു. ആ സംഭവങ്ങളും ഈ കഥയൊടൊപ്പം പറയുന്നു.

ആദ്യം ഓർമയിൽ വന്നത് ഇതെഴുതുന്നതിന് ഏതാണ്ട് 55 വർഷങ്ങൾക്കുമുമ്പ് നടന്ന ഒരു സംഭവമാണ്. ഞാൻ ജനിച്ചുവളർന്നത് കവിയൂർ ഗ്രാമത്തിൽ - തിരുവല്ല ടൗണിൽനിന്ന് ഏതാണ്ട് രണ്ട് കിലോമീറ്റർമാത്രം ദൂരെയുള്ള ഒരു ഗ്രാമം. ഞാൻ വിവാഹം കഴിച്ചത് തമിഴ്നാട്ടിൽ ജനിച്ച് കൂടുതൽകാലം തമിഴ്നാട്ടിൽ ജീവിച്ച് പഠിച്ചുവളർന്ന ഒരു പെൺകുട്ടിയെയാണ്. മലയാളം അറിയാമായിരുന്നുവെങ്കിലും നന്നായി അറിയുമെന്ന് പറയാൻ കഴിയില്ല. വിവാഹം കഴിഞ്ഞ് ഒരിക്കൽ ഞങ്ങളുടെ രണ്ടു മക്കളുമായി മദിരാശിയിൽനിന്ന് നാട്ടിലേക്ക് കാറിൽ യാത്രചെയ്ത സന്ദർഭം. തിരുവല്ല ടൗണിലെത്തിയപ്പോൾ നേരം ഏതാണ്ട് സന്ധ്യകഴിഞ്ഞിരുന്നു. അതുകൊണ്ട് എന്റെ ഭാര്യ പറഞ്ഞു:

“നമ്മൾ ഇന്ന് ഇവിടെ വരുന്നവിവരം അറിയിച്ചിട്ടില്ലല്ലോ. അവിടെ ചെല്ലുമ്പോൾ വീട്ടിൽ ഭക്ഷണമൊന്നും കരുതിയിട്ടുണ്ടാവില്ല. നമുക്ക് മുൻകരുതലായി കുറച്ച് മുട്ട വാങ്ങിക്കൊണ്ട് പോകാം. “

“അതുശരിയാ.’’

കാറ് ഒരു കടയുടെ മുമ്പിൽ നിർത്തി. ഞാൻ കാറിൽനിന്നുമിറങ്ങി കടയിൽ കയറി ചോദിച്ചു:

“മുട്ടയുണ്ടോ?’’

"ഇല്ലല്ലോ സാറേ."

ഞാൻ തിരികെ കാറിനകത്ത് കയറാൻ തുടങ്ങുമ്പോൾ ഭാര്യ ചോദിച്ചു:

"എന്താ, മുട്ട വാങ്ങിയില്ലേ?"

"മുട്ട ഇല്ലെന്നാണ് അയാൾ പറഞ്ഞത്, വേറെ ഏതെങ്കിലും കടയിൽ നോക്കാം."

"ഛെ, ആ കമ്പിക്കൂട്ടിൽ തൂക്കിയിട്ടിരിക്കുന്നത് മുട്ടയല്ലേ, പിന്നെന്താ ഇല്ലെന്ന് പറഞ്ഞത്? ഒരു നിമിഷം നിൽക്കൂ. ഞാനൊന്ന് ചോദിക്കട്ടെ."

ഭാര്യ കാറിൽ നിന്നുമിറങ്ങി കടക്കാരനോട് ചോദിച്ചു:

"മൊട്ടയുണ്ടോ?"

"ഉണ്ടല്ലോ, എത്രയെണ്ണം വേണം ചേച്ചീ?"

അവൾ വേഗംതന്നെ മുട്ടയുമായി വന്ന് കാറിൽ കയറി.

"നിങ്ങളെന്താ കടക്കാരനോട് ചോദിച്ചത്?"

"മുട്ടയുണ്ടോന്ന്."

"അതെനിക്ക് മനസ്സിലായി. അതുകൊണ്ടല്ലേ ഞാൻ പോയി ചോദിച്ചത്. ഇപ്പോൾ മുട്ട കിട്ടിയത് കണ്ടോ?"

"അതിന് നീ എന്താ ചോദിച്ചത്?"

"ഞാൻ മൊട്ടയുണ്ടോന്ന് ചോദിച്ചു. അല്ലാതെന്താ. ഞാൻ ചോദിച്ചപ്പോൾ അയാൾക്ക് കാര്യം മനസ്സിലായി. അത്രതന്നെ."

അങ്ങനെയാണ് മുട്ട ഗ്രാമ്യഭാഷയിൽ മൊട്ടയായി എന്നും, മധ്യതിരുവിതാംകൂറിൽപോലും മുട്ട മൊട്ടയായി മാറിയ വിവരവും ഞാൻ മനസ്സിലാക്കിയത്. അതവിടെ നിൽക്കട്ടെ നമുക്ക് കഥയിലേക്ക് കടക്കാം.

ഇത് ലണ്ടനിൽ നടന്ന ഒരു സംഭവം സ്കോട്ട്ലാൻഡിൽ നാടോടിക്കഥയായി പറയുന്നതാണ്. ഏതോ ആവശ്യത്തിനായി ലണ്ടനിലെത്തിയ ഒരു പാവപ്പെട്ട സ്കോട്ട്ലാൻഡുകാരന്റെ കഥ. അന്ന് അയാൾക്ക് നന്നായി വിശക്കുന്നുണ്ടായിരുന്നു; പക്ഷേ, കയ്യിലുണ്ടായിരുന്ന പണം മുഴുവനും ചിലവായതിനാൽ കയ്യിൽ മീതി ഒന്നുമുണ്ടായിരുന്നില്ല. കാശു കൊടുക്കാതെ ഏത് കടക്കാരനാണ് ഭക്ഷണം നൽകുക. അതിലും പ്രത്യേകിച്ച് ലണ്ടൻപോലെ ഒരു നഗരത്തിൽ. ഏതായാലും ഒന്ന് പരീക്ഷിച്ചുകളയാം എന്നുകരുതി അയാൾ വഴിയരികിൽ ഉണ്ടായിരുന്ന ഒരു കടയിൽ കയറി. ചോദിച്ചു:

"സഹോദരാ, ഞാൻ കുറച്ച് ദൂരെ നിന്ന് വരികയാണ്. എന്റെ പക്കൽ പണമൊന്നുമില്ല. പക്ഷേ, നന്നായി വിശക്കുന്നു. എനിക്ക് കുറച്ച് ആഹാരം തന്നാൽ പിന്നീട് എപ്പോഴെങ്കിലും ഈ വഴി വരുമ്പോൾ ഞാൻ പണം തരാം.''

സാധാരണനിലയിൽ എന്താണ് സംഭവിക്കുക?. ആരും അങ്ങനെ വെറുതെ ഒന്നും കൊടുക്കുകയില്ല അല്ലേ?. പക്ഷേ, ആ കടയുടമസ്ഥൻ ഒരു നല്ല മനുഷ്യനായിരുന്നു. അതുകൊണ്ട് ആ യാത്രക്കാരന് അയാൾ ഒരു മുട്ടപുഴുങ്ങിയതും ചേർത്ത് ആഹാരം കൊടുത്തു.

ഇതെഴുതുമ്പോൾ എന്റെ ഒരു സ്വന്തം അനുഭവം കൂടി പറയട്ടെ. ഞാൻ മദിരാശിയിൽനിന്ന് തിരുവല്ലയിലേക്ക് തീവണ്ടിയിൽ യാത്രചെയ്യുകയായിരുന്നു. എറണാകുളത്തിനും കോട്ടയത്തിനുമിടയ്ക്ക് ഏതാണ്ട് രാവിലെ ഒമ്പതുമണി സമയത്ത് റയിൽവെ കേറ്ററിങിൽ ജോലിചെയ്തിരുന്ന ഒരാൾ ഭക്ഷണസാധനങ്ങളുമായി വന്നു. വടയും പഴംപൊരിയും അങ്ങനെ എന്തൊക്കെയോ. എന്റെ കയ്യിൽ ഒരു നൂറുരൂപാ നോട്ടല്ലാതെ ചില്ലറ ഇല്ലായിരുന്നു. ഞാൻ അയാളോട് പറഞ്ഞു:

"എന്റെ പക്കൽ ഈ നോട്ട് മാത്രമേയുള്ളൂ. ചില്ലറ തരപ്പെട്ടുമെങ്കിൽ എനിക്ക് ഒരു വടയും ഒരു പഴംപൊരുയും''

അയാൾ പറഞ്ഞു: "എന്റെ കയ്യിലും വേണ്ടത്ര ചില്ലറയില്ല, സാർ. പക്ഷേ, അത് സാരമില്ല, സാറിപ്പോൾ ഇതു കഴിക്കൂ.''

അയാൾ വടയും പഴംപൊരിയും ഒരു പേപ്പർ തട്ടിൽ എന്റെ നേർക്ക് നീട്ടി. അൽപം തയങ്ങിക്കൊണ്ട് ഞാൻ പറഞ്ഞു:

"ഞാൻ തിരുവല്ലയിൽ ഇറങ്ങും. അതിനകം ചില്ലറ കിട്ടിയില്ലെങ്കിൽ....''

"സാറ് വിഷമിക്കണ്ട. ചില്ലറ തരപ്പെട്ടാൽ ഞാൻ തിരുവല്ലയ്ക്ക് മുമ്പ് വന്ന് സാറിന്റെ കാശ് വാങ്ങിക്കോളാം. ഇപ്പോ ഇതു കഴിക്ക്. ചില്ലറ കിട്ടിയില്ലെങ്കിൽ അപ്പോൾ നോക്കാം."

ചിലരങ്ങിനെയാണ്. മറ്റുള്ളവരെ സഹായിക്കുന്നതിൽ സന്തോഷിക്കുന്നു. അയാൾ പണംവാങ്ങാൻ വന്നില്ല. പിന്നീട് രണ്ടോ, മൂന്നോ വർഷങ്ങൾക്കുശേഷം അതേ റൂട്ടിൽ തീവണ്ടിയിൽ ഞാൻ അയാളെ കാണാനിടയായി. അതേ ജോലി. ഞാൻ അങ്ങേരെ വിളിച്ചു ചോദിച്ചു:

"എന്നെ ഓർമയുണ്ടോ?''

അൽപനേരം ഓർത്തുനോക്കിയതിനുശേഷം പറഞ്ഞു:

"ഇപ്പോ ഓർമ്മ വരുന്നു സാർ, സാറിനു സുഖമല്ലേ''

"സുഖം തന്നെ." ഞാനങ്ങേരെ അടുക്കൽവിളിച്ച് രണ്ടു വടയും ഒരു പഴംപൊരിയും വാങ്ങി. ഒരു അഞ്ചുറു രൂപാനോട്ട് അദ്ദേഹത്തിന്റെ കയ്യിൽകൊടുത്തു. അദ്ദേഹം ബാക്കി തരാൻ തുടങ്ങിയപ്പോൾ ഞാൻ പറഞ്ഞു:

"അന്ന് എനിക്ക് ഇങ്ങനെ പറയാൻ കഴിയില്ലായിരുന്നു. എന്റെ സാമ്പത്തിക ശേഷി ഇപ്പോൾ മെച്ചപ്പെട്ടിട്ടുള്ളതുകൊണ്ട് ഇത് എന്റെ ഒരു സന്തോഷത്തിനായി കയ്യിൽ വെച്ചുകൊള്ളുക. സന്തോഷം."

വളരെ നാളത്തേക്ക് അദ്ദേഹത്തിന്റെ പേര് എനിക്കോർമയുണ്ടായിരുന്നു. ഇപ്പോൾ മറന്നുപോയി.

നമ്മുടെ കഥയിലെ നായകനും വളരെ നാളുകൾക്കുശേഷം ആ കടയുടെ മുമ്പിൽ എത്തിച്ചേരാനിടയായി. ആ കട കണ്ടപ്പോൾ താൻ പണ്ട് അവിടെനിന്നും ആഹാരം വാങ്ങിക്കഴിച്ച സംഭവം ഓർത്തു. അയാൾ വിചാരിച്ചു 'എനിക്ക് വിശന്നപ്പോൾ ഭക്ഷണംതന്ന് എന്നെ സഹായിച്ച ആളല്ലേ ഈ കടക്കാരൻ . ഇന്ന് എന്റെ സാമ്പത്തിക സ്ഥിതി മെച്ചപ്പെട്ടിരിക്കുന്നു. എന്റെ പക്കൽ പണമുണ്ട്. ഞാനയാൾക്ക് ഭക്ഷണത്തിന്റെ വിലനോക്കാതെ അൽപം കൂടുതൽ പണം കൊടുക്കണം - ഒരു സമ്മാനം എന്ന പോലെ. പഴംപൊരിയും.'

യാത്രക്കാരൻ കടയിൽ കയറിച്ചെന്നു ചോദിച്ചു:

"എന്നെ ഓർമ്മയുണ്ടോ?"

അൽപനേരം സൂക്ഷിച്ചുനോക്കിയതിനുശേഷം അയാൾ പറഞ്ഞു:

"ഓർക്കുന്നു, ഓർക്കുന്നു. നിങ്ങളല്ലേ എന്റെയടുക്കൽ നിന്നും മുട്ടക്കറിയും മറ്റും കഴിച്ചിട്ട് പിന്നീടെപ്പോഴെങ്കിലും പണം തരാമെന്ന് പറഞ്ഞ് പോയത്. ഇപ്പോഴെങ്ങിനെ? പണം വേണ്ടതുപോലെ കൈയിലുണ്ടോ?"

"ഓ, അപ്പോൾ എന്നെ ഓർക്കുന്നു അല്ലേ, സന്തോഷം. ആ കടം വീട്ടണമെന്ന ഉദ്ദേശത്തോടെയാണ് ഞാൻ ഇങ്ങോട്ട് കയറിയത്."

"വളരെ നല്ലത്, ഞാനിപ്പോൾ നിങ്ങൾ എനിക്ക് തരേണ്ട തുക എത്രയെന്ന് കണക്കുകൂട്ടി പറയാം.

ദാ നോക്കൂ, അന്ന് നിങ്ങൾ കഴിച്ച മുട്ടകൾ അടവെച്ചിരുന്നെങ്കിൽ കോഴികൾ വിരിഞ്ഞ് ഇന്ന് ആ കോഴികളും ധാരാളം മുട്ടയിടുമായിരുന്നു. അങ്ങനെ ആ മുട്ടകളുടെയെല്ലാം വില നിങ്ങൾ തരേണ്ടതായിട്ടുണ്ട്. എല്ലാം കണക്കിലെടുക്കുമ്പോൾ നിങ്ങൾ കഴിച്ച മുട്ടകളുടെ വില ഏതാണ്ട് ... പൗണ്ട് (ബ്രിട്ടീഷ് നാണയം) വരും. അത്രയും തുക നിങ്ങൾ എനിക്കിപ്പോൾ തരണം."

കടക്കാരൻ കണക്കുകൂട്ടിപ്പറഞ്ഞത് വളരെ വലിയ ഒരു തുകയായിരുന്നു. അത്രയും വലിയ ഒരു തുക കൊടുക്കാൻ യാത്രികന് ഉദ്ദേശമില്ലായിരുന്നു. മാത്രമല്ല, കടക്കാരൻ തന്നെ വഞ്ചിക്കുകയാണെന്നും യാത്രികന് തോന്നി.

"ഇത് തികഞ്ഞ അക്രമമാണ്. അത്രവലിയ തുക തരാൻ ഞാൻ ഒരുക്കമല്ല.''

അവർ തമ്മിൽ ഒരു വാക്ക് തർക്കം തുടങ്ങി. തർക്കം ചൂടുപിടിച്ചപ്പോൾ കടക്കാരൻ പറഞ്ഞു:

"എങ്കിൽ നമുക്ക് കോടതിയിൽ കാണാം.'' കടക്കാരനും സിൽബന്ധികളും ചേർന്ന് അയാളെ ന്യായാധിപന്റെ മുമ്പിലെത്തിച്ചു. ന്യായാധിപൻ അവരെ തന്റെ മുമ്പിലേക്ക് വിളിപ്പിക്കാൻ അൽപം വൈകി. ആ സമയത്ത് യാത്രികൻ അവിടെ മറ്റൊരു സ്കോട്ടുലാൻഡുകാരൻ സുഹൃത്തിനെ കാണാനിടയായി. അയാളോട് വിവരങ്ങളൊക്കെ പറഞ്ഞു. എല്ലാം കേട്ടുകഴിഞ്ഞ് സുഹൃത്ത് പറഞ്ഞു:

"അങ്ങനെയാണ്, അല്ലേ. താങ്കൾ ഒന്നുകൊണ്ടും വിഷമിക്കേണ്ട. നമുക്ക് കാര്യങ്ങൾ കൈകാര്യം ചെയ്യാൻ ഒരു വഴിയുണ്ടാക്കാം.''

ആ സുഹൃത്ത് ഉടൻതന്നെ അവിടെ എവിടെയോ പോയി ഒരു സഞ്ചിനിറയെ പുഴുങ്ങിയ കടലയും വാങ്ങിച്ചുകൊണ്ട് തിരികെയെത്തി.

ന്യായാധിപൻ യാത്രികന്റെയും കടക്കാരന്റെയും കേസ് വിചാചരണക്കായി വളിച്ചപ്പോൾ യാത്രികന്റെ സുഹൃത്തും അദ്ദേഹത്തോടൊപ്പം കോടതിയിൽ ഹാജരായി ന്യായാധിപനോട് അപേക്ഷിച്ചു.:

"ബഹുമാനപ്പെട്ട ന്യായപീഠത്തോട് എനിക്കൊരപേക്ഷയുണ്ട്. ഞാൻ ഈ നിൽക്കുന്ന സ്കേട്ട്‌ലാൻഡ് കാരന്റെ സുഹൃത്താണ്. ഈ കേസിൽ അദ്ദേഹത്തെ സഹായിക്കാൻ ദയവായി എനിക്കൊരവസരം നൽകണം,''

ന്യായാധിപൻ ആ ആവശ്യം അംഗീകരിച്ചു. കേസിനെക്കുറിച്ച് വാദിയോടും പ്രതിയോടും അന്വേഷിച്ചതിനുശേഷം യാത്രികന്റെ സുഹൃത്തിനോട് ചോദിച്ചു:

"നിങ്ങൾക്ക് ഈ കോടതി സമക്ഷം എന്താണ് ബോധിപ്പിക്കാനുള്ളത്?''

"ഹുസൂർ, എന്റെ പക്കൽ ഈ സഞ്ചിയിലുള്ളത് കുറച്ച് വേവിച്ച കടലയാണ്.''

“വേവിച്ച കടലയോ, അതെന്തിനാ ഇവിടെ കൊണ്ടുവന്നത്? അതും ഈ കേസും തമ്മിൽ എന്തു ബന്ധമാണുള്ളത്?”

“ഈ കടലയ്ക്ക് ഈ കേസുമായി ഒരു വലിയബന്ധമുണ്ട് ഹുസൂർ. ഞാൻ ഈ വേവിച്ച കടല ഇവിടെ അടുത്തുള്ള ഒരു തോട്ടത്തിൽ വിതയ്ക്കാൻ കൊണ്ടുവന്നതാണ്.”

അതുകേട്ട് കോടതിയിലുണ്ടായിരുന്നവർ ഉറക്കെ ചിരിച്ചു. ന്യായാധിപനും അയാളുടെ സംസാരം ഒരു കിറുക്കന്റെ സംസാരമായിട്ടാണ് തോന്നിയത്.

“വിതയ്ക്കാനോ? താനെന്ത് വിഡ്ഢിത്തമാണ് പറയുന്നത്! വേവിച്ച കടല വിതയ്ക്കുകയോ. വേവിച്ചകടല വിതച്ചാൽ അത് കിളിർക്കുമോ?”

“കിളിർക്കും, ഹുസൂർ. കിളിർക്കും. പുഴുങ്ങിയമുട്ട അടവെച്ചാൽ കോഴിക്കുഞ്ഞുങ്ങളുണ്ടാകുന്ന നാട്ടിൽ വേവിച്ച കടല കിളിർക്കുകയും ചെയ്യും.”

ആ ഉത്തരം കേട്ട് ന്യായാധിപനുൾപ്പെടെ കോടതിയിലുണ്ടായിരുന്ന എല്ലാവരും ചിരിച്ചുവെങ്കിലും അവർക്ക് അയാൾ പറഞ്ഞതിന്റെ അർഥം വ്യക്തമായി. മാത്രമല്ല, ന്യായാധിപന് കടക്കാരന്റെ അനൗചിത്യ പരമായ വിലപേശൽ ശരിയല്ലെന്ന് ബോദ്ധ്യമാകുകയും ചെയ്തു. ആ കാലത്ത് ഒരു തട്ട് പുഴുങ്ങിയ മുട്ട ചേർത്ത ആഹാരത്തിന് എന്തുവിലയുണ്ടോ അത്രമാത്രം കടക്കാരന് കൊടുക്കാൻ ഉത്തരവിട്ടുകൊണ്ട് കേസ് തീരുമാനിക്കുകയും ചെയ്തു.

സൂക്ഷ്മദൃഷ്ടിയുള്ള ചെമ്മരിയാട്

സ്കോട്ട്ലാൻഡിൽ പണ്ട് പണ്ട് ജീവിച്ചിരുന്ന ഒരു രാജാവിന്റെ നിർഭാഗ്യയായ മകളുടെ കഥയാണ് ഇത്. രാജാവിന്റെ ആദ്യഭാര്യ മരിച്ചുപോയി. പക്ഷേ, അവർക്ക് ഒരു മകളുണ്ടായിരുന്നു. ആ മകളുടെ കഥയാണിത്. ആ മകളെ നമുക്ക് രാജകുമാരിയെന്നോ കുമാരിയെന്നോ വിളിക്കാം.

രാജാവ് വീണ്ടും ഒരു വിവാഹം കഴിച്ചു. ചിറ്റമ്മ കുമാരിയോട് വളരെ ക്രൂരമായാണ് പെരുമാറിയത്. അവളെ പൊതിരെ തല്ലുകയും വീടിന് വെളിയിലാക്കി കതകടയ്ക്കുകയും മറ്റും നിത്യവും ചെയ്യാറുണ്ടായിരുന്നു. കൊട്ടാരത്തിലെ ആടുകളെ മേയ്ക്കാൻ അവളെ അയയ്ക്കുന്നത് പതിവായിരുന്നു. ഒരിക്കലും അവൾക്ക് വയറ് നിറയെ കൊടുക്കുമായിരുന്നില്ല. പട്ടിണികിടന്ന് ചാകുമെങ്കിൽ ചാകട്ടെ എന്നതായിരുന്നു അവരുടെ മനസ്സിലിരുപ്പ്.

പക്ഷേ, കുമാരി തീറ്റയ്ക്കായി കൊണ്ടുപോയ്ക്കൊണ്ടിരുന്ന ആട്ടിൻ കൂട്ടത്തിന് അവളെ ഇഷ്ടമായിരുന്നു; പ്രത്യേകിച്ചും കൂട്ടത്തിലുണ്ടായിരുന്ന ചാരനിറത്തിലുള്ള ഒരു ചെമ്മരിയാടിന്. ആ ചെമ്മരിയാട് വളരെ ദീർഘദൃഷ്ടിയുള്ള ഒരാടായിരുന്നു. അതിനെ നമുക്ക് ഇനിയങ്ങോട്ട് ചെമ്മരിയാട് എന്ന് മാത്രം പറയാം. ചെമ്മരിയാട് മറ്റാരും കാണാതെ ദിവസവും കുമാരിക്കുവേണ്ട ഭക്ഷണം കൊടുക്കുമായിരുന്നു. അതുകൊണ്ട് കുമാരിക്ക് ഭക്ഷണക്കുറവുകൊണ്ടുള്ള ഒരു പ്രശ്നവുമില്ലായിരുന്നു. എന്ന് മാത്രമല്ല മറ്റുള്ളവർക്ക് അവൾ പട്ടിണികിടക്കുന്ന കുട്ടിയാണെന്ന് തോന്നുകയും ചെയ്യുമായിരുന്നില്ല.

പുതിയ രാജ്ഞി (ചിറ്റമ്മ) അവളെ എപ്പോഴും അതിശയത്തോടുകൂടിയാണ് നോക്കിയിരുന്നത്. പട്ടിണിയിട്ടിട്ടും ഇവളെന്തേ തടിച്ചുകൊഴുത്തിരിക്കുന്നത് എന്ന് അവർ ചിന്തിച്ചു. അവൾക്ക് എവിടെ നിന്നെങ്കിലും ഭക്ഷണം കിട്ടുന്നുണ്ടോ എന്ന് അവർക്ക് സംശയം തോന്നിത്തുടങ്ങി. രാജ്ഞി തന്റെ പരിചാരികയോട് അവരുടെ സംശയം പറഞ്ഞു. അതുകേട്ട് പരിചാരിക പറഞ്ഞു:

"രാജ്ഞി വിഷമിക്കേണ്ട. എന്റെ മകൾ മൊട്ടത്തല ഇങ്ങനെയുള്ള കാര്യങ്ങൾ ആരാഞ്ഞ് കണ്ടുപിടിക്കാൻ കേമിയാണ്. ഞാൻ അവളോട് പറഞ്ഞ് കുമാരി തടിച്ചുകൊഴുത്തിരിക്കുന്നതിന്റെ രഹസ്യം ഉടനെ കണ്ടുപിടിക്കാൻ ഏർപ്പാടാക്കാം."

വിവരം കേട്ട പരിചാരികയുടെ മകൾ മൊട്ടത്തല സന്തോഷത്തോടെ പറഞ്ഞു:

"ഞാൻ കണ്ടുപിടിക്കാമമ്മേ."

മൊട്ടത്തല കുമാരിയുമായി കൂട്ടുകൂടി കുമാരിയോടൊപ്പം നടക്കാൻ തുടങ്ങി. മൊട്ടത്തലയുടെ പെരുമാറ്റത്തിൽ എന്തോ അപാകതയുണ്ടെന്ന് ചെമ്മരിയാടിനും സംശയം തോന്നി. പക്ഷേ, കുമാരിക്ക് എങ്ങനെ ഭക്ഷണം നൽകുമെന്ന വിഷമവും ചെമ്മരിയാടിന്റെ മനസ്സിലുണ്ടായിരുന്നു. ആ വിവരം മൊട്ടത്തല അടുത്തില്ലാതിരുന്ന സമയത്ത് രഹസ്യമായി രാജകുമാരിയോട് പറഞ്ഞു. അതുകേട്ട് കുമാരി പറഞ്ഞു:

"അതിനെക്കുറിച്ച് നീ വിഷമിക്കേണ്ട. നീ എനിക്ക് എന്നത്തേയും പോലെ ആഹാരം കൊണ്ടുവാ. നീ വരുന്ന സമയം ഞാനാ മൊട്ടത്തലയെ ഇവിടെ ഉറക്കിക്കിടത്താം."

ആട് പോയി അൽപസമയം കഴിഞ്ഞപ്പോൾ മൊട്ടത്തലച്ചി കുമാരിയുടെ അടുത്ത് ചങ്ങാത്തം കൂടാനെത്തി. കുമാരിയും ഒന്നുമറിയാത്തമട്ടിൽ അവളോട് പെരുമാറി.

"കണ്ടിട്ട് നിനക്ക് നല്ല ഉറക്കം വരുന്നുണ്ടെന്ന് തോന്നുന്നല്ലോ."

"അതേ കുമാരീ, എനിക്ക് നല്ല ഉറക്കം വരുന്നു."

"വിഷമിക്കേണ്ട. നീ നിന്റെ തല എന്റെ തുടയിൽവെച്ച് കിടന്നോ. ഞാൻ നിന്റെ തലയും നെറ്റിയുമൊക്കെ തടവിത്തരാം. അപ്പോൾ നന്നായി ഉറങ്ങാം"

അങ്ങനെ മൊട്ടത്തലച്ചി നല്ല ഉറക്കത്തിലായ സമയത്ത് ആട് കുമാരിക്കുവേണ്ട ആഹാരം അവിടെ എത്തിക്കുകയും കുമാരി അത് കഴിക്കുകയും ചെയ്തു. അവർ വിചാരിച്ചത് മൊട്ടത്തലച്ചി അതൊന്നും അറിഞ്ഞില്ലെന്നാണ്. പക്ഷേ, അവർക്കാർക്കും ഇല്ലാതിരുന്ന ഒരു

പ്രത്യേക കഴിവ് മൊട്ടത്തലച്ചിക്കുണ്ടായിരുന്നു. അവൾക്ക് ഉറക്കത്തിലും കാണാവുന്ന ഒരു കണ്ണ് അവളുടെ തലയുടെ പുറകുഭാഗത്തുണ്ടായിരുന്നു. അതുകൊണ്ട് അവിടെ നടന്നതെല്ലാം അവൾക്ക് കാണാൻ കഴിഞ്ഞു. ആ വിവരമെല്ലാം അടുത്ത ദിവസം തന്നെ മൊട്ടത്തലച്ചിയും അവളുടെ അമ്മയും ചേർന്ന് രാജ്ഞിയെ അറിയിച്ചു.

രാജ്ഞി പരിചാരികയോട് പറഞ്ഞു:

“ഇതിങ്ങനെ വിട്ടാൽ ശരിയാകുകയില്ല. ആ ആടിനെ കൊല്ലുക മാത്രമേ വഴിയുള്ളൂ.”

രാജ്ഞിയുടെ ആ തീരുമാനം ആടിന്റെ ചെവിയിലുമെത്തി. രാജ്ഞി ഒരു കാര്യം തീർച്ചയാക്കിയാൽ അത് നടപ്പാക്കാതെ അടങ്ങുകയില്ലെന്ന് ആടിന് അറിയാമായിരുന്നു. അതുകൊണ്ട് ആട് ആ വിവരം രഹസ്യമായി കുമാരിയെ അറിയിച്ചു. ആട് കുമാരിയോട് ഇത്രയുംകൂടി പറഞ്ഞു:

“കുമാരി, രാജ്ഞി എന്നെ കൊല്ലാൻ തീർച്ചയാക്കിയിരിക്കുകയാണ്. കുമാരി ഒരു കാര്യം ചെയ്യണം. ഞാൻ കൊല്ലപ്പെട്ടതിനുശേഷം കുമാരി ആരുംകാണാതെ എന്റെ എല്ലുകളും തോലും പെറുക്കിയെടുക്കണം. എല്ലുകൾ തോലിനുള്ളിൽ പൊതിഞ്ഞ് സൂക്ഷിക്കണം. അങ്ങനെ ചെയ്താൽ ഒരു നിശ്ചിത ദിവസങ്ങൾക്ക് ശേഷം ഞാൻ വീണ്ടും ജീവിച്ചുവരും.”

“ശരി, കൂട്ടുകാരി. ഞാൻ അങ്ങനെ ചെയ്യാം.”

ആട് കൊല്ലപ്പെട്ടുകഴിഞ്ഞ് കുമാരി നേരത്തെ ഉദ്ദേശിച്ചിരുന്നതുപോലെ മറ്റാരും അറിയാതെ ആടിന്റെ എല്ലുകൾ ശേഖരിച്ച് അതിന്റെ തന്നെ ഉരിഞ്ഞിട്ടിരുന്ന തോലിൽ പൊതിഞ്ഞ് ഭദ്രമായി ഒരു സ്ഥലത്ത് സൂക്ഷിച്ചുവെച്ചു. അടുത്ത ദിവസംതന്നെ ആട് തിരിച്ചും ജീവനോട്കൂടി കുമാരിയുടെ മുന്നിലെത്തി. ആട് കുമാരിയോട് പറഞ്ഞു:

“കുമാരി എല്ലാം ഞാൻ പറഞ്ഞിരുന്നതുപോലെ തന്നെ ചെയ്തു. അതുകൊണ്ട് ഞാനിതാ കുമാരിയുടെ മുമ്പിൽ വീണ്ടും വന്നിരിക്കുന്നു. പക്ഷേ, കുമാരിക്ക് ഒരു ചെറിയ പിഴവുപറ്റി. കുമാരി എന്റെ എല്ലുകൾ ശേഖരിച്ചപ്പോൾ ഒരു കുളമ്പെല്ല് വിട്ടുപോയി. അതുകൊണ്ട് എനിക്ക് മുടന്തി നടക്കേണ്ടിയിരിക്കുന്നു. ഒരു കണക്കിന് അതു നല്ലതായി. എന്നെ കാണുന്നവർ ഞാൻ പഴയ ചെമ്മരിയാടാണെന്ന് മനസ്സിലാകാതിരിക്കാൻ ഈ മുടന്ത് ഉപകരിക്കും.”

വീണ്ടും ആട് കുമാരിക്ക് രഹസ്യമായി ആഹാരം കൊടുക്കാനും തുടങ്ങി. അങ്ങനെ നാളുകൾ മുന്നോട്ട് പോയിക്കൊണ്ടിരുന്നപ്പോൾ അടുത്ത രാജ്യത്തെ രാജകുമാരൻ വേട്ടയാടാൻ അതുവഴി വരാനും

രാജകുമാരൻ കുമാരിയെ കാണാനുമിടയായി. കുമാരൻ വിചാരിച്ചു. 'ഇവൾ കാഴ്ചക്ക് വളരെ സുന്ദരിയാണല്ലോ. ആരാണ് ഇവൾ?'

ഒരു ദിവസം കുമാരൻ കുമാരിയോടുതന്നെ നേരിട്ടു ചോദിച്ചു:

"കുമാരി ആരാണ്? ഏതാണ്?"

കുമാരി എല്ലാ വിവരങ്ങളും സത്യസന്ധമായും വിശദമായും കുമാരനോട് പറഞ്ഞു. കുമാരന് അവളെ വളരെ ഇഷ്ടപ്പെടുകയും ചെയ്തു.

അതിനിടയിൽ മൊട്ടത്തലച്ചി വിവരങ്ങൾ അവളുടെ അമ്മ മുഖാന്തിരം രാജ്ഞിയെ അറിയിച്ചുകൊണ്ടിരുന്നു. വിവരങ്ങൾ കേട്ട രാജ്ഞി അതുവഴിവന്നിരുന്ന രാജകുമാരനെക്കുറിച്ച് അന്വേഷിക്കുകയും, അയാൾ തന്റെ സ്വന്തം മകളുടെ ഭർത്താവാകണമെന്നാഗ്രഹിക്കുകയും ചെയ്തു. അതുകൊണ്ട് അവർ കുമാരിയെ ആടുമേയ്ക്കാൻ അയക്കുന്ന പതിവു നിർത്തി. പകരം തന്റെ സ്വന്തം മകളെ മേച്ചിൽ പ്രദേശത്തേക്ക് അയച്ചു തുടങ്ങി. കുമാരിയെ അടുക്കളപ്പണികളിൽ ഏർപ്പെടുത്തി എങ്കിലും എപ്പോഴോ കുമാരി യാദൃശ്ചികമായി മേച്ചിൽസ്ഥലത്ത് എത്തിയപ്പോൾ കുമാരൻ കാണാനിടയാവുകയും ചെയ്തു. കുമാരൻ അവൾക്ക് ഒരു ജോഡി പ്രത്യേകതരം സ്വർണച്ചെരിപ്പുകൾ സമ്മാനം കൊടുത്തു. മാത്രമല്ല, അടുത്തുതന്നെ ആ പ്രദേശത്ത് പള്ളിയിൽ മൂന്ന് ദിവസം നീണ്ടുനിൽക്കുന്ന ഒരു പ്രഭാഷണ പരിപാടിയുണ്ടെന്നും കുമാരി എന്നും ആ പരിപാടികളിൽ പങ്കെടുക്കണമെന്നും പറഞ്ഞു. മാത്രമല്ല, എന്നും താൻ കൊടുത്ത ചെരിപ്പുകൾ അണിഞ്ഞുകൊണ്ടുതന്നെ അവിടെ ചെല്ലണമെന്നും കുമാരൻ കാണത്തക്കവിധം അവിടെ ഉണ്ടാകണമെന്നും നിർദ്ദേശിച്ചു. ആ പ്രഭാഷണ പരിപാടികളിൽ പങ്കെടുക്കാൻ കുമാരൻ ദിവസവും അവിടെ എത്തുമെന്നറിഞ്ഞ രാജ്ഞി അവരുടെ സ്വന്തം മകളെ അണിയിച്ചൊരുക്കി എന്നും പള്ളിയിലേക്ക് കൊണ്ടുപോകുമായിരുന്നു. കുമാരിക്ക് പോകാൻ അനുവാദമില്ലായിരുന്നു. എങ്കിലും കൊട്ടാരത്തിലെ മറ്റുള്ളവരെല്ലാം പുറപ്പെട്ടതിനുശേഷം കുമാരി തനിക്കുകിട്ടിയ സ്വർണ ച്ചരിപ്പുകളിട്ടുകൊണ്ട് പള്ളിയിൽ പോകുമായിരുന്നു. എല്ലാവർക്കും പിന്നിലായി എന്നാൽ കുമാരന് കാണത്തക്കവിധം ഇരുന്ന് പ്രഭാഷണം കേൾക്കുകയും, പ്രഭാഷണം തീർന്നാൽ മറ്റുള്ളവർ പിരിയുന്നതിനുമുമ്പ് അവിടെനിന്നും ഓടി കൊട്ടാരത്തിൽ തിരികെ എത്തുകയും ചെയ്യുക എന്നതായിരുന്നു കുമാരിയുടെ പരിപാടി. ആദ്യത്തെ രണ്ടുദിവസങ്ങൾ എല്ലാം ചിട്ടയായി ചെയ്യാൻ കുമാരിക്ക് കഴിഞ്ഞു. അതുകൊണ്ട് കുമാരി പ്രഭാഷണത്തിനു പോകുന്നുവെന്ന് ആരും സംശയിച്ചതുമില്ല. എന്നാൽ മൂന്നാമത്തെ ദിവസം തിരികെ ഓടുന്നതിനിടയിൽ കുമാരിയുടെ ഒരു

കാലിലെ ചെരുപ്പ് താഴെ വീണുപോയി. ഓടുന്നതിനിടയിൽ ആൾക്കൂട്ടത്തിൽ വീണുപോയ ചെരുപ്പ് എടുക്കാൻ തരപ്പെടാഞ്ഞതുകൊണ്ട് അത് അവിടെ വിട്ടിട്ട് ഓടി. നടന്നതെല്ലാം ദൂരെനിന്ന് കുമാരൻ കാണുന്നുണ്ടായിരുന്നു. ആൾക്കൂട്ടത്തിനു നടുവിൽപോയി കുമാരൻ ആ ചെരുപ്പെടുത്തു. കുമാരി എവിടെയാണ് താമസിക്കുന്നതെന്നറിയാൻ കുമാരൻ ഒരു കൗശലം പ്രയോഗിച്ചു. പ്രഭാഷണം കേൾക്കാൻ വന്നിരുന്നവർ പിരിഞ്ഞുപോകുന്നസമയം നോക്കി എല്ലാവരും കേൾക്കെ സ്വയം പരിചയപ്പെടുത്തിക്കൊണ്ട് കുമാരൻ പറഞ്ഞു:

"ഞാൻ ഇവിടെനിന്നും ഒരു പെൺകുട്ടിയെ വിവാഹം കഴിക്കാൻ തീർച്ചയാക്കിയിരിക്കുന്നു. പെൺകുട്ടിയെ കണ്ടെത്തുകയും ചെയ്തിരിക്കുന്നു. നോക്കൂ, ഈ ചെരുപ്പ് ആരുടെ കാലിന് ശരിയായി ചേരുമോ ആ പെൺകുട്ടിയെയായിരുക്കും ഞാൻ വിവാഹം കഴിക്കുക. തികച്ചും ഒരാഴ്ച്ചശേഷം വീണ്ടും ഇവിടെ നടക്കാനിരിക്കുന്ന പ്രഭാഷണക്കൂട്ടത്തിന്റെ സമയത്ത് ചെരുപ്പ് കാലിലിട്ട് പരീക്ഷിക്കുവാൻ ഇവിടെ എത്തണമെന്ന് അപേക്ഷിക്കുന്നു.''

പ്രഖ്യാപനം കേട്ട് രാജ്ഞി ആ ചെരുപ്പ് തന്റെ മകളുടെ കാലിന് ചേരുന്നതാക്കണമെന്ന് തീർച്ചയാക്കി. വേണ്ടരീതിയിൽ കാല് ചെറുതാക്കുകയോ വലുതാക്കുകയോ ഒക്കെ ചെയ്യാമല്ലോ. വിവരം വിശ്വസ്ഥയായ പരിചാരികയോട് പറഞ്ഞു. മുഴുവൻ സമയവും പരിചാരിക ആ പെൺകുട്ടിയുടെ (രാജ്ഞിയുടെ സ്വന്തം മകളുടെ) കാലുകൾ (പാദങ്ങൾ) കയറുകൊണ്ട് വരിഞ്ഞുകെട്ടി ചെറുതാക്കാൻ വേണ്ട പല ശ്രമങ്ങളും കൈക്കൊണ്ടു - ശ്രമങ്ങൾ തുടർന്നുകൊണ്ടിരുന്നു.

വീണ്ടും പ്രഭാഷണം നിശ്ചയിച്ചിരുന്നതിന്റെ തലേദിവസം രാജ്ഞി കുമാരിയെ അടുക്കളയുടെ പിൻഭാഗത്തുള്ള ഒരു മുറിയിൽ പൂട്ടിയിട്ടു. നിശ്ചിതദിവസം, നിശ്ചിതസമയത്തിന് മുമ്പുതന്നെ അവരെല്ലാം (രാജ്ഞി, രാജ്ഞിയുടെ മകൾ, പരിചാരിക) പള്ളിയിലേക്ക് യാത്ര തിരിച്ചു. പള്ളിയിലെത്തിച്ചേർന്നയുടൻ അവർ കുമാരനോട് ചെരുപ്പ് വാങ്ങി. അത് സ്വന്തം കാലിൽ ഇടാൻ രാജ്ഞിയുടെ മകൾ ശ്രമം തുടങ്ങി; കൂടെ സഹായിക്കാൻ പരിചാരികയും. ചെരുപ്പ് കാലിൽ ശരിയായി ചേരുമായിരുന്നില്ലെങ്കിലും പരിചാരിക കുട്ടിയുടെ കാല് ഒരു വിധത്തിൽ ചെരുപ്പിനുള്ളിൽ തള്ളിക്കയറ്റി. കുട്ടിക്ക് ഏറെ വേദനയുണ്ടായിരുന്നുവെങ്കിലും അതൊന്നും സാരമാക്കാതെ അടക്കിപ്പിടിച്ചുനിന്നു. രാജ്ഞി കുമാരനേയും മറ്റുള്ളവരേയും വിളിച്ച് ഉറക്കെ പ്രഖ്യാപിച്ചു:

“കണ്ടോ, കണ്ടോ. ഇതാ, എല്ലാവരും ഇങ്ങോട്ട് നോക്കു. കുമാരൻ തന്ന ചെരുപ്പ് എന്റെ മകളുടെ കാലിന് ചേരുന്നതാണ്. അതുകൊണ്ട് നേരത്തെ പ്രഖ്യാപിച്ചിരുന്നതുപോലെ കുമാരൻ എന്റെ മകളെ വിവാഹം കഴിക്കും - ഇപ്പോൾ; ഇവിടെ വെച്ച്.’’

ആ കുട്ടിയല്ല തന്റെ ഇഷ്ടപ്പെട്ട കാമുകി എന്നറിയാമായിരുന്നു വെങ്കിലും ചെരുപ്പ് അവളുടെ കാലിന് ചേർന്നതുകൊണ്ട് കുമാരന് തലേദിവസം കൊടുത്ത വാക്ക് പാലിക്കേണ്ടതായുണ്ടായിരുന്നു. അത്തരം ഒരു സാഹചര്യത്തിൽ കുമാരന് മറുത്ത് ഒന്നും പറയുവാൻ കഴിയുമായിരുന്നില്ല. രാജ്ഞിയുടെ നേതൃത്വത്തിൽ എല്ലാവരും ചേർന്ന് വിവാഹത്തിനുവേണ്ട ഒരുക്കങ്ങൾ ആരംഭിക്കുകയും ചെയ്തു. ഒരുക്കങ്ങൾ നടന്നുകൊണ്ടിരുന്നസമയത്ത് എവിടെനിന്നോ ഒരു കിളി പറന്നുചെന്ന് ഉറക്കെയുറക്കെ പറഞ്ഞു:

“ചെരുപ്പിൽ രക്തം പുരണ്ടിരിക്കുന്നു. പക്ഷേ, ചെരുപ്പിന്റ ഉടമ അടു ക്കളപ്പുറത്തെ മുറിയിൽ തടവിലാണ്.’’

“ആ കിളി, ചിലച്ചുകൊണ്ട് പറഞ്ഞതെന്താ.’’ എല്ലാവരും തിരക്കി.

കിളി പറഞ്ഞതെന്തായാലെന്താ, നമുക്ക് വേഗം കല്യാണച്ചടങ്ങുകൾ തുടങ്ങാം. വെറുതെ താമസിപ്പിക്കേണ്ട.’’ രാജ്ഞി പറഞ്ഞു.

“ശരി, ശരി. അങ്ങനെയാകട്ടെ.’’ മറ്റുള്ളവർ രാജ്ഞി പറഞ്ഞതിനോട് യോജിച്ചു.

അൽപ നിമിഷങ്ങൾക്കുശേഷം കിളി വീണ്ടും പറന്നുവന്ന് പറഞ്ഞു:

“ചെരുപ്പിൽ രക്തക്കറ. ഉടമസ്ഥ അടുക്കളപ്പുറത്ത് തടവിൽ.’’

അതുകേട്ട് രാജകുമാരൻ പറഞ്ഞു:

“കിളി പറഞ്ഞതിൽ എന്തോ കാര്യമുണ്ടെന്ന് തോന്നുന്നു. ഒന്നന്വേ ഷിക്കേണ്ടിയിരിക്കുന്നു. മാത്രമല്ല ഈ ചെരുപ്പിന്റെ ജോടി ഞാനുദ്ദേശി ക്കുന്ന പെൺകുട്ടിയുടെ പക്കലുണ്ടായിരിക്കും. തീർച്ച.’’ കുമാരൻ വീണ്ടും രാജ്ഞിയോടായി ചോദിച്ചു;

“ഈ ചെരുപ്പിന്റെ ജോടി താങ്കളുടെ മകളുടെ കയ്യിലുണ്ടോ?’’ രാജ്ഞി മറുപടി ഒന്നും പറയാതെ നിന്നു

“ഇല്ല, അല്ലേ. അപ്പോൾ ഒരന്വേഷണം നടത്താതെ വിവാഹം നടക്കുകയില്ല.’’ അത്രയും പറഞ്ഞ് കുമാരൻ തന്റെ വിശ്വസ്ഥരായ ചില സ്നേഹിതരെ അടുത്തുള്ള വീടുകളിൽ അന്വേഷിക്കാനയച്ചു. കുറച്ചു സമയത്തിനുള്ളിൽ അവർ കുമാരിയെ കണ്ടെത്തുകയും കൂട്ടിക്കൊണ്ട് പള്ളിയിലെത്തുകയും ചെയ്തു. കുമാരിയുടെ കയ്യിലുണ്ടായിരുന്ന ചെരുപ്പും

കുമാരന്റെ കയ്യിലുണ്ടായിരുന്നതും ഒരേ ജോടിയാണെന്നും രണ്ടും കുമാരിക്ക് നന്നായിച്ചേരുന്നുവെന്നും കണ്ടുനിന്നവർക്ക് സംശയമെന്യെ ബോദ്ധ്യമായി. ഒട്ടും താമസിയാതെ എല്ലാവരുടെയും അനുഗ്രഹത്തോടെ സന്തോഷമായി കുമാരനും കുമാരിയും തമ്മിലുള്ള വിവാഹം നടന്നു. കുമാരൻ കുമാരിയേയും കൂട്ടിക്കൊണ്ട് അദ്ദേഹത്തിന്റെ സ്വന്തം നാട്ടിലേക്ക് മടങ്ങി. പിന്നീട് വളരെക്കാലം അവർ സന്തോഷത്തോടെയും സുഖമായും ജീവിച്ചു.

കുറിപ്പ്: ഈ കഥ വായിച്ചപ്പോൾ നിങ്ങൾ മുമ്പ് കേട്ടിട്ടുള്ള സുപ്രസിദ്ധമായ സിൻഡ്രലയുടെ കഥ തന്നെയല്ലേ ഇത് എന്ന് തോന്നിയില്ലേ. പക്ഷേ, 1860-ൽ Popular Tales of West Highlands എന്ന പേരിൽ J.F.Campbell പ്രസിദ്ധീകരിച്ച (Edinburgh: Edmonston and Douglas - p 286-289) ഈ കഥയിൽ (കഥയുടെ ഇംഗ്ലീഷ് ശീർഷകം - The Sharp Grey Sheep) അദ്ദേഹം അങ്ങനെ ഒരു സൂചന പോലും നൽകുന്നില്ല. എങ്കിലും അങ്ങനെയായിരിക്കാമെന്ന് സംശയിക്കേണ്ടിയിരിക്കുന്നു. മാത്രവുമല്ല, സിൻഡ്രലയുടെ കഥ പലപല പാഠഭേദങ്ങളുമായി യൂറോപ്പിൽ പ്രചാരത്തിലുണ്ട്. ഈ സമാഹാരത്തിൽ ഉൾപ്പെടുത്തിയിട്ടുള്ള 'കീറത്തുണിക്കാരിപ്പെണ്ണ്' എന്ന കഥയും അത്തരത്തിലുള്ള ഒന്നുതന്നെയല്ലേ. ഇംഗ്ലീഷിൽ 'Rashin-Coatie' എന്ന പേരിൽ സ്കോട്ട്ലാൻഡിൽ തന്നെ പ്രചാരത്തിലുള്ള കഥയും (Scottish Fairy and Folk Tales - p.86-89: A.L. Burt Company, New York 1901- Â George Douglas പ്രസിദ്ധീകരിച്ചതും ഇത് പോലെ സിൻഡ്രലക്കഥയുടെ ഒരു പാഠഭേദമാണെന്ന് കരുതാം.

വില്ലോബ്രേക്കിലെ കൂനൻ

വില്ലോബ്രേക്ക് എന്ന് പറയുന്നത് സ്കോട്ട്ലാൻഡിൽ ഉണ്ടായിരുന്ന നീണ്ടുമെലിഞ്ഞ വില്ലോമരങ്ങൾ ധാരാളമായി വളർന്നുനിന്നിരുന്ന സാമാന്യം വിസ്തൃതിയുള്ള ഒരു കുറ്റിക്കാട് പ്രദേശമായിരുന്നു എന്നുമാത്രം നമുക്ക് മനസ്സിലാക്കാം. മാത്രമല്ല, ആ നാട്ടുകാരുടെ വിശ്വാസപ്രകാരം വില്ലോബ്രേക്ക് യക്ഷികൾക്കും ഗന്ധർവന്മാർക്കും ഇഷ്ടപ്പെട്ട സ്ഥലവും, അവർ കൂടക്കൂടെ ഒന്നിച്ചു ചേരാറുണ്ടായിരുന്ന സ്ഥലവും കൂടിയായിരുന്നു. അതുപോലെ, അവരുടെ വിശ്വാസപ്രകാരം യക്ഷികളും ഗന്ധർവന്മാരും ഹ്രസ്വകായർ (കിളരം കുറഞ്ഞവർ - മുണ്ടികളും മുണ്ടന്മാരും) ആയിരുന്നു.

വില്ലോബ്രേക്കിനടുത്തുള്ള ഒരു ഗ്രാമത്തിൽ വളരെ പാവപ്പെട്ട ഒരു വീട്ടിൽ ജനിച്ചുവളർന്നവനായിരുന്നു കുട്ടിക്കൂനൻ (Little Hunchback). അവന് ജന്മനാ കിട്ടിയതായിരുന്നു കൂന്. മാത്രമല്ല, കുട്ടിയായിരുന്നപ്പോൾത്തന്നെ അവനെ ഒരവലക്ഷണം - കാണാൻ കൊള്ളാത്തവൻ - ആയിട്ടാണ് ആ നാട്ടുകാർ കരുതിയത്. അതുകൊണ്ട് മറ്റുകുട്ടികൾ എപ്പോഴും അവനെ കളിയാക്കുകയും അവഹേളിക്കുകയുമൊക്കെ ചെയ്യുമായിരുന്നു. അവൻ വളർന്നപ്പോഴും മറ്റ് ചെറുപ്പക്കാരുടെ മുന്നിൽ കുട്ടിക്കാലത്തേതുപോലെ തന്നെ അവൻ അപഹാസ്യനായിരുന്നു. അതുകൊണ്ട് മനസ്സുമടുത്ത് അവൻ പലപ്പോഴും ഗ്രാമം വിട്ട് വില്ലോബ്രേക്കിൽ പോയി ഒറ്റയ്ക്ക് ഇരിക്കുമായിരുന്നു - വെറുതെ സമയം കളയാൻ. അതുകൊണ്ട് തന്റെ ഗ്രാമക്കാർ അവന് നൽകിയ ചെല്ലപ്പേരാണ് 'വില്ലോബ്രേക്കിലെ കൂനൻ.'

അങ്ങനെയിരിക്കെ ഒരു ദിവസം ഗ്രാമത്തിലെ മറ്റു സമപ്രായക്കാർ വളരെയധികം അധിക്ഷേപിച്ചത് സഹിക്കാനാകാതെ അൻ വില്ലോ ബ്രേക്കിലേക്ക് പോവുകയായിരുന്നു. ഒന്നുമല്ലെങ്കിൽ കുറച്ചുനേരം പരിഹാസവാക്കുകൾ കേൾക്കാതെ ഒറ്റയ്ക്കിരുന്ന് കരയാമല്ലോ; അതുതന്നെ ഒരു വലിയ ആശ്വാസമാകുമെന്ന് അവൻ കരുതി. ബ്രേക്കിൽ എത്തിയപ്പോൾ തികച്ചും അപ്രതീക്ഷിതമായി വളരെ സുന്ദരിയും നല്ല വേഷങ്ങൾ അണിഞ്ഞതുമായ ഒരു പൊക്കം കുറഞ്ഞ സ്ത്രീയെ കാണാനിടയായി. അത് ഒരു യക്ഷിയായിരിക്കുമോ എന്ന് അവൻ സംശയിച്ചു. ആ സ്ത്രീ അവനോട് ചോദിച്ചു:

“നിങ്ങൾ എങ്ങോട്ട് പോകുന്നു?”

“ഞാൻ വില്ലോബ്രേക്കിലേക്ക്. അവിടെ പോയി വെറുതെ കാറ്റുകൊണ്ടിരിക്കാൻ.”

“നിനക്ക് മറ്റു കൂട്ടുകാരാരുമില്ലേ. എന്താ ഒറ്റയ്ക്ക്. തനിയെ?”

“ഓ, ഇല്ല. എനിക്ക് കൂട്ടുകാരാരുമില്ല.”

“അതെന്താ, അങ്ങനെ?”

“എന്റെ കൂനും, ഭംഗിയില്ലാത്ത രൂപവും കാരണം എന്റെ പ്രായക്കാരാരും എന്നോട് കൂട്ടുകൂടാൻ ഇഷ്ടപ്പെടുന്നില്ല, അതുകൊണ്ട് ഞാനെന്നും തനിച്ചാ.”

“ഓ, അങ്ങനെയോ. നിന്റെ പേരെന്താ.”

“എന്നെ എല്ലാവരും കൂനൻ (Hunchback) എന്ന് വിളിക്കും.” ദാ, അപ്പോൾ നീയാണ് കൂനൻ. അല്ലേ. വളരെ നാളായി നിന്നെ കാണണമെന്ന് ഞാനും എന്റെ കൂട്ടുകാരും ആഗ്രഹിച്ചിരിക്കുകയായിരുന്നു. ഞാൻ പ്രകാശക്കിളി. ഈ ലോകത്തെ കൂടുതൽ സന്തോഷമുള്ളതാക്കാൻ വേണ്ടി പ്രവർത്തിക്കുക. അതാണെന്റെ ജോലി. വാ, നീ എന്റെ കൂടെ വാ. എന്റെ കൂട്ടുകാർക്കും നിന്നെ കാണാൻ ആഗ്രഹമുണ്ട്. ഇന്നു രാത്രി നീ ഞങ്ങളുടെ കൂടെ ചിലവഴിക്കണം. എന്താ, നിനക്ക് മറ്റുജോലിയൊന്നുമില്ലല്ലോ. നാളെ കാലത്ത് കൂനും മറ്റു സങ്കടങ്ങളൊന്നുമില്ലാത്ത ഒരു മനുഷ്യനായി നിനക്ക് നിന്റെ ഗ്രാമത്തിലേക്ക് മടങ്ങാം. എന്താ, എന്റെ കൂടെ വരാൻ നിനക്ക് സമ്മതമല്ലേ.”

“ഓ, ഞാൻ വരാം.”

അങ്ങനെ അവർ രണ്ടുപേരും നടന്ന് ബ്രേക്കിലെ യക്ഷിത്താവളം എന്ന് അറിയപ്പെട്ടിരുന്ന കുന്നിന്റെ അടുത്തെത്തി. അപ്പോൾ പ്രകാശക്കിളി അവനോട് പറഞ്ഞു:

"എന്റെ കൂട്ടുകാർ ഒരു രഹസ്യ സങ്കേതത്തിലാണ്. അതുകൊണ്ട് ഇനി അങ്ങോട്ട് പോകുന്നതിനുമുമ്പ് ഞാൻ നിന്റെ കണ്ണുകൾ ഈ തുണികൊണ്ട് കെട്ടും. അങ്ങനെ ചെയ്യുന്നതുകൊണ്ട് നീ യാതൊരുവിധത്തിലും ഭയപ്പെടേണ്ട. എല്ലാം നിന്റെ നല്ലതിനാണെന്ന് വിചാരിച്ചോ. എന്താ. ഞാൻ കണ്ണ്കെട്ടുന്നതിൽ നിനക്ക് വിരോധമില്ലല്ലോ."

അവൾ അവന്റെ കണ്ണ് കെട്ടിയിട്ട് പറഞ്ഞു:

"ഞാൻ വീണ്ടും പറയുകയാണ്. നീ ഒന്നുകൊണ്ടും ഭയപ്പെടേണ്ട. ദാ, എന്റെ കയ്യിൽ പിടിച്ചോ."

അൽപം നടന്ന് കഴിഞ്ഞപ്പോൾ പ്രകാശക്കിളി അവനോട് പറഞ്ഞു:

"ഇനി ഞാൻ കെട്ടഴിക്കാം. നമ്മൾ നമ്മുടെ സങ്കേതത്തിൽ എത്തിയിരിക്കുന്നു." കണ്ണുകൾ തുറന്നപ്പോൾ അവൻ കണ്ടത് ജീവിതത്തിൽ അതുവരെ കണ്ടിട്ടില്ലാത്തവിധം പ്രകാശംകൊണ്ട് ജ്വലിക്കുന്ന ഒരു വിശാലമായ മുറിയും അതിനകത്ത് പലവിധ വേഷങ്ങൾ ധരിച്ച ഒരു കൂട്ടം നീളം കുറഞ്ഞ സുന്ദരികളെയുമാണ്. ആകപ്പാടെ അതെല്ലാം അമ്പരന്ന് നോക്കി നിൽക്കുമ്പോൾ ആരോ ഉച്ചത്തിൽ പറയുന്നത് അവൻ കേട്ടു.

"കൂട്ടരേ, ഒരൽപനേരത്തേക്ക് നിശ്ശബ്ദരായിരിക്കൂ. നമ്മുടെ കൂട്ടുകാരി പ്രകാശക്കിളി തിരികെ എത്തിയിരിക്കുന്നു. നാം പ്രതീക്ഷിച്ചിരുന്നതുപോലെ നമ്മളെല്ലാം കാണാനാഗ്രഹിച്ചിരുന്ന കൂനനേയും കൂട്ടിക്കൊണ്ടാണ് അവൾ വന്നിരിക്കുന്നത്."

തുടർന്ന് ആ കൂട്ടത്തിൽ ഏറ്റവും ആകർഷണീയമായ വസ്ത്രം ധരിച്ചിരുന്നതും തലയിൽ കിരീടം ചൂടിയിരുന്നതുമായ ഒരു സ്ത്രീ പറഞ്ഞു:

"വളരെ സന്തോഷം. അല്ലെങ്കിലും പ്രകാശക്കിളി എന്നും വിജയിയും സന്തോഷവതിയുമാണല്ലോ. അവളുടെ ജോലിതന്നെ സന്തോഷം പരത്തുക എന്നതാണല്ലോ."

"അതെയതെ."മറ്റുള്ളവർ ശരിവെച്ച് ശബ്ദമെടുത്തു.

രാജ്ഞിയുടെ ഭാവത്തിൽ ആദ്യം സംസാരിച്ച സ്ത്രീ ചോദിച്ചു:

"അവൾ കൂടെ കൂട്ടിക്കൊണ്ടുവന്നിട്ടുള്ള പാവം കൂനനുവേണ്ടി എന്തു ചെയ്യാനാണ് പ്രകാശക്കിളി ആഗ്രഹിക്കുന്നത്?"

"അവന്റെ വേദനകളും സങ്കടങ്ങളും മാറ്റാൻ ഒരു മരുന്ന്; ജീവിക്കാൻ ഒരു ഉപജീവനമാർഗം; അത്രയും അവന് കൊടുക്കാൻ കഴിഞ്ഞാൽ ഈ പ്രകാശക്കിളി സന്തോഷവതിയായിരിക്കും." പ്രകാശക്കിളി തന്നെയാണത് പറഞ്ഞത്.

"അങ്ങനെയാകട്ടെ. എല്ലാം നിന്റെ ആഗ്രഹം പോലെതന്നെയാകട്ടെ." അത് പറഞ്ഞിട്ട് രാജ്ഞി അവിടെനിന്നും പുറപ്പെട്ടു.

മറ്റു സ്ത്രീകളെല്ലാം കൂടി അവന്റെ ചുറ്റും നിന്ന് അവനെ പിടിച്ചുവലിക്കുകയും ഉന്തുകയും തള്ളുകയുമൊക്കെ ചെയ്തു. കൂടാതെ അതുവരെ കേട്ടിട്ടില്ലാത്തത്ര ഇമ്പമുള്ള സംഗീതം അവിടമെല്ലാം കേൾക്കാൻ തുടങ്ങി. അവനും മുമ്പെങ്ങും അനുഭവിച്ചിട്ടില്ലാത്തത്ര സന്തോഷം തോന്നി. അവൻ സ്വയം മറന്ന് ആ സ്ത്രീകളോടൊപ്പം ചേർന്ന് ആടാനും പാടാനും നൃത്തംവെയ്ക്കാനും തുടങ്ങി. അങ്ങനെ ആടിപ്പാടി തളരുന്നതുവരെ അവൻ സന്തോഷിച്ചു. സ്വയം മറന്ന് ക്ഷീണിച്ച് അവിടെത്തന്നെ തറയിൽ കിടന്ന് മയങ്ങി. കുറച്ചുനേരം ഉറങ്ങി എന്നാണ് അവന്റെ ഓർമ്മ. ഒരു സ്വപ്നത്തിലെന്നതുപോലെ യക്ഷികൾ അവനെ ഒരു മഞ്ചത്തിൽ കിടത്തി ദൂരെ എവിടെയോ കൊണ്ടുപോയത് പോലെയും അങ്ങനെ പോകുമ്പോൾ സംഗീതത്തിന്റെ ശബ്ദം കുറേശ്ശെയായി കുറഞ്ഞുകുറഞ്ഞ് ഇല്ലാതായതുപോലെയും അവന് തോന്നി.

ഉറക്കമുണർന്നപ്പോൾ അവൻ വില്ലോബ്രേക്കിലെ ഒരു കുന്നിൻ ചെരിവിൽ കിടക്കുകയായിരുന്നു. ഒരു പുതിയ ഉണർവുകിട്ടിയതുപോലെ തോന്നി. ഏതോ ഒരു വലിയമാറ്റം തനിക്കുണ്ടായത് അവന് അനുഭവപ്പെട്ടു. അവന്റെ കൂന് അപ്രത്യക്ഷമായിരുന്നു. മറ്റാരേയുംപോലെ നിവർന്നുനിൽക്കാൻ അവന് കഴിഞ്ഞു. തികഞ്ഞ സന്തോഷത്തോടെയാണ് അവൻ വീട്ടിലേക്ക് മടങ്ങിയത്. വീട്ടിൽ തിരികെ എത്തിയത് ഒരു വർഷവും ഒരു ദിവസവും കഴിഞ്ഞായിരുന്നുവെന്ന് അവന്റെ അമ്മ പറഞ്ഞപ്പോഴാണ് അവന് മനസ്സിലായത്. അതുപോലെ സ്വന്തം അമ്മയ്ക്കുപോലും അവനെ തിരിച്ചറിയാൻ കുറച്ച് സാവകാശം വേണ്ടിവന്നു എന്നും അവന് മനസ്സിലായി. മാത്രമല്ല അമ്മ അവനോട് പറഞ്ഞതും അവന് സന്തോഷം നൽകുന്ന കാര്യമായിരുന്നു.

"മോനേ, നിന്നെക്കണ്ടിട്ടെത്ര നാളായി. ഇനി മോൻ എങ്ങും പോകണ്ട. എന്റെ കൂടെ ഇവിടെ നിന്ന് നമ്മുടെ പശുക്കളേയും നോക്കി മോരും തൈരുമുണ്ടാക്കി വിൽക്കാനുമൊക്കെ എന്നെ സഹായിച്ചാൽ മാത്രം മതി. അത് അന്തസ്സുള്ള ഒരു വരുമാനമാർഗവുമാകുമല്ലോ."

"ശരിയമ്മേ, അങ്ങനെയാകട്ടെ. ഇനി എല്ലാകാര്യങ്ങളിലും ഞാൻ അമ്മയെ സഹായിക്കാം. എന്റെ കൂന് ഇല്ലാതായതുകാരണം എനിക്കും ഇനിയങ്ങോട്ട് അപകർഷബോധമില്ലാതെ മറ്റുള്ളവരോട് ഇടപഴകാനും അമ്മയെ അന്തസ്സോടെ സഹായിക്കാനും കഴിയുമല്ലോ." അങ്ങനെ കൂനൻ പുതിയ ഒരു ജീവിതം ആരംഭിച്ചു. അവനെ പരിഹസിക്കാറുണ്ടായിരുന്ന മറ്റു ചെറുപ്പക്കാരിൽ ഒരാളായിരുന്നു പഞ്ചമി. പഞ്ചമിക്കും ഒരു

ചെറിയ കൂനുണ്ടായിരുന്നുവെങ്കലും അത് അധികം ശ്രദ്ധിക്കപ്പെട്ടിരുന്നില്ല. മാത്രമല്ല അവനെക്കണ്ടാൽ ഒരു തവളയെപ്പോലെയായിരുന്നുവെന്നും ചില കൂട്ടുകാർ ചിലപ്പോഴൊക്കെ പറയുമായിരുന്നു. കാരണം, മറ്റൊന്നുമല്ല. അവന്റെ രണ്ടുകാലുകളും ഒരു പ്രത്യേകരീതിയിൽ വളഞ്ഞിരുന്നു. അതുകൊണ്ട് കൂന് പൂർണ്ണമായും മാറിക്കിട്ടിയ നമ്മുടെ കഥാനായകൻ കൂനനെക്കണ്ട് പഞ്ചമി അവന്റെ സമീപമെത്തി. പഞ്ചമി കൂനനോട് (അതായിരുന്നുവല്ലോ അവന്റെ നേരത്തെയുള്ള അറിയപ്പെട്ടിരുന്ന പേര്) ചോദിച്ചു:

"എടേ, നീ നമ്മുടെ പഴയ കൂനൻതന്നെയല്ലേ. നീ എത്ര മാറിയിരിക്കുന്നു. ഇപ്പോൾ നീ കാണാൻ തികച്ചും ഒരു സുന്ദരനാണ്. സംശയം വേണ്ട."

"ഓ, അങ്ങനെയോ. വളരെ നന്ദി. സന്തോഷം."

"നീ എന്റെ കൂട്ടുകാരനല്ലേ. നിന്റെ കൂന് പോയതിൽ എനിക്കെന്തുസന്തോഷമുണ്ടെന്ന് നിനക്കറിയാമോ. എങ്ങനെയാടാ നീ കൂന് മാറ്റിയെടുത്തത്?"

"അത് ഒരു രഹസ്യമാ. ആരോടും പറയാൻപാടില്ലാത്ത ഒരു രഹസ്യം."

"എങ്കിലും നിന്നെപ്പോലെ ഒരു കൂനുള്ള ഞാനും എത്ര ക്ലേശിക്കുന്നുവെന്ന് നിനക്കറിയാമല്ലോ. അതുകൊണ്ട് ആ രഹസ്യം നീ എനിക്കുംകൂടി പറഞ്ഞുതാ."

പഞ്ചു താണുകേണ് അപേക്ഷിച്ചപ്പോൾ അവനോട് സഹതാപം തോന്നിയ കൂനൻ ആ രഹസ്യം വെളിപ്പെടുത്താൻ തയ്യാറായി.

"സ്നേഹിതാ, ഞാൻ ആ രഹസ്യം നിന്നോട് പറയാം. പക്ഷേ, നീ എനിക്കൊരു സത്യം ചെയ്തുതരണം. ഞാനീപ്പറയുന്ന കാര്യങ്ങൾ നീ മറ്റാരോടും യാതൊരു കാരണവശാലും പറയുകയില്ലെന്ന സത്യം"

"ഞാനിതാ അങ്ങനെ സത്യം ചെയ്യുന്നു." പഞ്ചു കൂനൻ പറഞ്ഞതുപോലെ സത്യം ചെയ്തു. പിന്നീട് കൂനൻ തന്റെ അനുഭവങ്ങളെല്ലാം പഞ്ചുവിനോട് പറഞ്ഞു. അതുകേട്ട് പഞ്ചു പറഞ്ഞു:

"സ്നേഹിതാ, ഞാനിപ്പോൾത്തന്നെ വില്ലോബ്രേക്കിലേയ്ക്ക് പോകുന്നു. ഞാനും നിന്നെപ്പോലെ എന്റെ ചെറിയ കൂനും കാലിന്റെ വളവും ഇല്ലാതാക്കി തിരിച്ചുവരാം."

അങ്ങനെ പഞ്ചു വില്ലോബ്രേക്കിലേയ്ക്ക് യാത്രതിരിച്ചു. അവിടെയെത്തിയ പഞ്ചു ആരെങ്കിലും പ്രത്യേകിച്ച് കള്ളന്മാരായ ആരെങ്കിലും

അതുവഴിയെങ്ങാനും വരുന്നതും കാത്തിരുന്നു. പക്ഷേ, കുറേനേരത്തേക്ക് ആരും ചെന്നില്ല. എങ്കിലും പഞ്ചു എന്നും വൈകിട്ട് വില്ലോബ്രേക്കിൽപോയി ആരെങ്കിലും ചെല്ലുമെന്ന പ്രതീക്ഷയോടെ കാത്തിരുന്നു. അങ്ങനെ ഒരു ദിവസം അവിടെയുണ്ടായിരുന്ന ഒരു സാമാന്യം വലിയ ചെടിയുടെ തണലിൽ ഒരു നീളംകുറഞ്ഞ മനുഷ്യൻ മുഖത്ത് ഒരു പുഞ്ചിരിയുമായി ഇരിക്കുന്നത് പഞ്ചുവിന്റെ കണ്ണിൽപെട്ടു. പഞ്ചു അയാളുടെ അടുത്തുചെന്ന് തിരക്കി:

“താങ്കളാണോ പ്രകാശക്കിളി?”

“ഞാൻ പ്രകാശക്കിളിയല്ല. പക്ഷേ, നീ അത് കാര്യമാക്കേണ്ട. നിനക്ക് പ്രകാശക്കിളിയെ കണ്ടിട്ട് എന്താ കാര്യം?. എന്നോട് മടിക്കാതെ പറഞ്ഞോ. എനിക്ക് പ്രകാശക്കിളിയെ അറിയാമെന്ന് മാത്രമല്ല അവൾ എന്റെയും കൂട്ടുകാരിയാണ്.”

“അങ്ങനെയോ, എങ്കിൽ പറയാം. എന്റെ സ്നേഹിതൻ കൂനന്റെ കൂന് മാറ്റിക്കൊടുത്തത് പ്രകാശക്കിളിയാണ്. അതുപോലെ എന്റെ കൂനും കാലിലെ വക്രതയും മാറ്റിത്തരണമേ എന്ന് അപേക്ഷിക്കാനാണ് ഞാൻ വന്നിരിക്കുന്നത്. അതുകൊണ്ട് ദയവായി എന്നെ പ്രകാശക്കിളി താമസിക്കുന്നിടത്തേക്ക് കൂട്ടിക്കൊണ്ടുപോകണം. അല്ലെങ്കിൽ വഴിയെങ്കിലും പറഞ്ഞുതരണം.”

“ഓ, അത്രേയുള്ളോ. ഞാൻ തീർച്ചയായും നിന്നെ സഹായിക്കാം. നീ എന്റെ കൂടെ ഇപ്പോൾത്തന്നെ വരണം. ഞാനും പ്രകാശക്കിളിയുടെ സ്ഥലത്തേക്കാണ് പോകുന്നത്. പക്ഷേ, അവിടെ എത്തിക്കഴിഞ്ഞാൽ നീ എങ്ങനെയാ തിരികെ വരുന്നത്.”

“അതൊരു പ്രശ്നമേയല്ല. എന്റെ ചെറുതെങ്കിലും വൃത്തികെട്ട ഈ കൂനും കാലിന്റെ വളവും മാറ്റിക്കിട്ടിയാൽ ഞാനേതെങ്കിലും വിധത്തിൽ തിരികെ എത്തിക്കൊള്ളാം.”

അതുകേട്ട് ആഹ്രസ്വകായൻ ഉറക്കെയുറക്കെ ചിരിച്ചു. പിന്നീട് അയാൾ പഞ്ചുവിനെ കൈപിടിച്ച് കൂട്ടിക്കൊണ്ടുപോയി. പിന്നീട് സംഭവിച്ചതെല്ലാം കൂനന് സംഭവിച്ചതുപോലെതന്നെ. കൂനൻ എത്തിച്ചേർന്നതുപോലെ വിശാലവും പ്രകാശിതവുമായിരുന്ന ഒരു മുറിയിലാണ് പഞ്ചുവും എത്തിയത്. അവിടെയും കൂടുതൽ സ്ത്രീകളും കുറച്ച് പുരുഷന്മാരുമായിരുന്നു. എല്ലാം ഹ്രസ്വശരീരികൾ. പെട്ടെന്നാണ് രാജ്ഞിയുടെ പക്കൽ നിന്നും ആ ചോദ്യമുണ്ടായത്.

“ഇവനാരാണ്. നമ്മുടെ അറിവോ ക്ഷണമോ ഇല്ലാതെ ഇവിടെ എത്താൻ അഹന്ത കാണിച്ച ഇവൻ ആരാണ്?”

പഞ്ചുവിന്റെ നേരെ വിരൽ ചൂണ്ടിക്കൊണ്ടായിരുന്നു രാജ്ഞി ദ്വേഷ്യത്തിൽ ചോദിച്ചത്.

“ഇവൻ കൂനന്റെ സ്നേഹിതനാണ്. പേര് പഞ്ചു. കൂനന് കൂന് മാറ്റിക്കിട്ടിയപോലെ ഇവന്റെ കൂനും മാറ്റിക്കിട്ടുമോ എന്ന് ശ്രമിച്ചുനോക്കാൻ വന്നതാണ്.”

“ഓ ഹോ, അപ്പോൾ ആ വിശ്വാസവഞ്ചകൻ കൂനൻ ഇവനോട് എല്ലാ വിവരങ്ങളും പറഞ്ഞിരിക്കുന്നു. അല്ലേ?”

പഞ്ചു ഇടയ്ക്ക് കയറിപ്പറഞ്ഞു.

“ക്ഷമിക്കണം അങ്ങനെയല്ല. എന്റെ സ്നേഹിതൻ കൂനൻ നിരപരാധിയാണ്. അവൻ തെറ്റുകാരനല്ല. ഞാൻ താണുവീണ് കരഞ്ഞ് അഭ്യർഥിച്ചതുകൊണ്ട് മാത്രം അവൻ എന്നോട് പറഞ്ഞുപോയതാണ്. അതുപോലെ ഞാനിങ്ങോട്ട് വന്നിരിക്കുന്ന വിവരവും അവന് അറിഞ്ഞുകൂട. എന്റെ സ്വന്തം ഇഷ്ടത്തിന് ഒന്ന് പരീക്ഷിച്ചുനോക്കാം എന്ന് കരുതി വന്നതാണ് ഞാൻ. ക്ഷമിക്കണം.”

“അപ്പോൾ അങ്ങനെയാണ് അല്ലേ. നീയാണ് നിഷേധി. നല്ല പ്രതിഫലംതന്നെ തരാം. തികച്ചും മധുരിക്കുന്ന പ്രതിഫലം.” അത്രയും പറഞ്ഞിട്ട് രാജ്ഞി അവിടെനിന്നും പോയി. മറ്റ് ഏസ്വകായർ കൂനനേ ചെയ്തതുപോലെ പഞ്ചുവിനേയും പിടിക്കുകയും വലിക്കുകയുമൊക്കെ ചെയ്തു. പക്ഷേ, കൂനനോട് ചെയ്തതുപോലെ സ്നേഹത്തോടെയായിരുന്നില്ല; സന്തോഷത്തോടെയുമായിരുന്നില്ല. കരുണയില്ലാതെ ദ്വേഷ്യത്തോടെയായിരുന്നു അവരുടെ പ്രവൃത്തികൾ. കുറച്ചുസമയത്തിനുള്ളിൽ പഞ്ചു ക്ഷീണിച്ച് അവശനായി ഉറങ്ങിപ്പോയി.

ഉണർന്നപ്പോൾ പഞ്ചു വില്ലോബ്രേക്കിലെ ഒരു കുന്നിൻ ചെരുവിലായിരുന്നു. മേലാസകലം വേദനിക്കുന്നുണ്ടായിരുന്നു. മാത്രമല്ല അവന്റെ മുതുകിലുണ്ടായിരുന്ന കൂന് അവിടെത്തന്നെ ഉണ്ടായിരുന്നു; കൂട്ടതലായി നെഞ്ച് പുറകോട്ട് തള്ളിയതുപോലെ മറ്റൊരു കൂനും ഉണ്ടായിരുന്നു; അങ്ങനെ മുമ്പിലും പിമ്പിലും ഓരോ കൂന്. കാലുകളുടെ വക്രതയും അങ്ങനെതന്നെയുണ്ടായിരുന്നു. വളരെ ബുദ്ധിമുട്ടിയാണ് അവൻ ഗ്രാമത്തിൽ തിരികെയെത്തിയത്. അവന്റെ രൂപം മുമ്പിലത്തേക്കാൾ കൂട്ടതൽ വികൃതവുമായിരുന്നു. പക്ഷേ, കൂനനോടല്ലാതെ മറ്റാരോടും അവൻ തനിക്കുണ്ടായ അനുഭവങ്ങൾ പങ്കുവെച്ചില്ല.

www.ingramcontent.com/pod-product-compliance
Lightning Source LLC
LaVergne TN
LVHW060136051026
849517LV00007B/2483